பெரியாழ்வார்

உள் அட்டையில் காணும் சிற்பக் காட்சியில், பகவான் புத்தரின் அன்னை மாயாதேவி கண்ட கனவின் பலனை மன்னர் சுத்தோதனருக்கு நிமித்திகர் மூவர் விளக்குகின்றனர். அவர்களுக்குக் கீழே அமர்ந்து அந்த விளக்கத்தை எழுதுகிறார் ஓர் எழுத்தர். எழுதும் கலையைச் சித்தரிக்கும் முதல் இந்தியச் சிற்பம் இதுவாகவே இருக்கலாம்.

நாகார்ஜுன மலைச்சிற்பம் கி.பி. இரண்டாம் நூற்றாண்டு. (படஉதவி: நேஷனல் மியூசியம், புது தில்லி)

இந்திய இலக்கியச் சிற்பிகள்
பெரியாழ்வார்

ம.பெ. சீனிவாசன்

சாகித்திய அகாதெமி

Periyalwar - Monograph in Tamil by M.P. Srinivasan, Sahitya Akademi, New Delhi, (Re-print 2016), Rs. 50/-

© **சாகித்திய அகாதெமி**

முதல் பதிப்பு : 1999
இரண்டாம் பதிப்பு : 2006
மூன்றாம் பதிப்பு : 2011
நான்காம் பதிப்பு : 2016

தலைமை அலுவலகம்:

சாகித்திய அகாதெமி, 'இரவீந்திர பவன்,' 35, பெரோஸ்ஷா சாலை, புது தில்லி - 110 001.

விற்பனை அலுவலகம்:

'ஸ்வாதி,' மந்திர் சாலை, புது தில்லி - 110 001.

மண்டல அலுவலகங்கள்:

மத்தியக் கல்லூரி வளாகம், பல்கலைக்கழக நூலகக் கட்டடம், டாக்டர் அம்பேத்கர் வீதி, பெங்களூரு - 560 001.

4, டி.எல். கான் சாலை, கொல்கத்தா - 700 025.

172, மும்பை மராத்தி கிரந்த சங்கிரகாலய சாலை, தாதர், மும்பை - 400 014.

சென்னை அலுவலகம்:

குணா பில்டிங்ஸ், 443, அண்ணா சாலை, தேனாம்பேட்டை, சென்னை - 600 018.

ISBN-978-81-260-0712-5

Rs. 50.00

Visit our Website at http://www.sahitya-akademi.gov.in

Laser Execution by: *VSN-* **Image Digital,** ***Chennai - 17.***

Cover Design: Orange Communications, Chennai - 18.

Printer: VPK Offset, Chennai - 1.

பொருளடக்கம்

	முன்னுரை	7
1.	அறிமுகம்	9
2.	வாழ்க்கையும் படைப்பும்	13
3.	திருப்பல்லாண்டு	22
4.	பெரியாழ்வார் திருமொழி	36
5.	கிருஷ்ணாநுபவம்	46
6.	இலக்கியத்திறன்	84
7.	தத்துவக் கருத்துகள்	105
	பின்னிணைப்பு	122
	வைணவ மரபுச் சொற்களின் விளக்கம்	
	திவ்வியப்பிரபந்தப் பாசுரப்படி இராமாயணம்–சுந்தரகாண்டம்	
	துணை நூற்பட்டியல்	125

முன்னுரை

ஆழ்வார்களை, 'மால்உகந்த ஆசிரியர்' என்றும் அவர்தம் பனுவல்களைச் 'செய்ய தமிழ் மாலைகள்' என்றும் சிறப்பித்துப் பேசுவர் பெரியோர். ஆழ்வார்களுக்குள்ளே, 'பகவானை வளர்த்த பக்தர்' என்னும் தனிப்பெருமை பெற்றவர் பெரியாழ்வார் ஒருவரே. நாடறிந்த கிருஷ்ணாவதாரக் கதைகளை வாய்ப்பாகக்கொண்டு - தம்பக்திச் சிறப்பையும் பாட்டுத்திறத்தையும் ஒருங்கே வெளிப்படுத்திய வித்தகர் அவர். கண்ணன் என்பதற்குச் 'சர்வ சுலபன்' எனப் பொருள் கூறுவதுண்டு. கிருஷ்ணாவதாரத்தின் போது எல்லார்க்கும் எளியனான அவனைத் தம் கவிதைகளால் பின்வந்தோரும் பெற்று அனுபவிக்கும்படி செய்தவர் பெரியார்வார். 'நல்ல கவிதையைப்போல் இறைவன் எளியவன்' என்று குருதேவர் தாகூர் கூறியதைப் பல நூற்றாண்டுகளுக்கு முன்பே மெய்ப்பித்துக் காட்டியவர் அவர். அவரால் தமிழ்ப்பக்தி இலக்கியம் புதிய பரிமாணங்களைக் கண்டது; புதிய இலக்கிய வகைகளையும் பெற்றது.

இத்தகைய சிறப்புகளுக்கு உரிய பெரியாழ்வார் பற்றிய கருக்கமான அறிமுக நூல் இது. சமயம், இலக்கியம், தத்துவம் ஆகிய மூவகை நோக்கில் அவரது படைப்புகளைக்கண்டு அவற்றின் தனிச்சிறப்புகளை எடுத்துரைக்கும் முறையில் இந்நூல் எழுதப்பட்டுள்ளது. 'இந்திய இலக்கியச் சிற்பிகள் வரிசை'யில், பெரியாழ்வார் பற்றி எழுதுகின்ற அரிய வாய்ப்பினை நல்கிய சாகித்திய அகாதெமி என் நன்றி உரியது.

இத்தகைய சிறப்புகளுக்கு உரிய பெரியாழ்வார் பற்றிய சுருக்கமான அறிமுக நூல் இது. சமயம், இலக்கியம், தத்துவம் ஆகிய மூவகை நோக்கில் அவரது படைப்புகளைக்கண்டு அவற்றின் தனிச்சிறப்புகளை எடுத்துரைக்கும் முறையில் இந்நூல் எழுதப்பட்டுள்ளது. 'இந்திய இலக்கியச் சிற்பிகள் வரிசை'யில், பெரியாழ்வார் பற்றி எழுதுகின்ற அரிய வாய்ப்பினை நல்கிய சாகித்திய அகாதெமிக்கு என் நன்றி உரியது.

வைணவக்கல்வியில் ஆண்டு பலவாக எனக்கு ஆசானாக விளங்கும் பேராசிரியர் டாக்டர் இரா. அரங்கராசன் அவர்கள் (மதுரை) இந்நூல் உருவான காலத்தில் அறியாதன அறிவித்துப் பொருள் நுட்பங்களைப் புலப்படுத்தினார்கள். அவர் செய்த பெருநல்லுதவிக்கு என்றென்றும் நன்றி பாராட்டக் கடமைப்பட்டிருக்கிறேன். வைணவத்தின் சுவடு அறிந்தவரும் சிறந்த ஆய்வாளருமான டாக்டர் தொ. பரமசிவன் (தமிழியல் துறைத்தலைவர், ம.சு. பல்கலைக்கழகம், திருநெல்வேலி)

இந்நூலின் கையெழுத்துப்படியை வரியடைவே படித்து, நூலின் செம்மைக்குப் பெரிதும் உதவினார். ஆங்கிலப் பேராசிரியர் டாக்டர் எஸ். பத்மா அவர்கள் (மதுரை - காமராசர் பல்கலைக்கழகம், மதுரை) இத்துறையில் மேனாட்டார் செய்துள்ள சில ஆய்வுகளை அறிமுகம் செய்து வைத்தார். ஓய்வுபெற்ற பேராசிரியர்களான திருச்சித்ரகூடம் டாக்டர் ஏ.வி. ரங்காச்சாரியர் (அண்ணாமலைப் பல்கலைக்கழகம்), டாக்டர் கே.ஏ. மணவாளன் (து.கோ. வைணவக் கல்லூரி, சென்னை), திரு.ஆர். பொன்னப்பன் (மதுரைக் கல்லூரி, மதுரை), திரு. சீனி. கண்ணன் (சரசுவதி நாராயணன் கல்லூரி, மதுரை), திரு. ஆர். திருவேங்கடம் (மன்னர் திருமலை நாயக்கர் கல்லூரி, மதுரை) ஆகியோர் அரிய தரவுகளுக்கு ஆதாரமய் அமைந்த பழைய உரை நூல் பதிப்புகள், 'ஸ்ரீராமாநுஜன்' இதழ்கள், வைணவ சம்பிரதாய மலர்கள் முதலியவற்றைக் கொடுத்து உதவினார்கள். இப்பெருமக்கள் காலத்தினாற் செய்த நன்றிக்கு என்ன கைம்மாறு செய்ய இயலும்?

அறிஞர் பலரின் கருத்துகள் இந்நூலில் ஏற்ற இடங்களில் எடுத்தாளப்பட்டுள்ளன. ஆயினும் அவற்றை மேற்கோள்களாகக் காட்டி அடிக்குறிப்புகள் தரும் முறை பெரும்பாலும் இந்நூலில் பின்பற்றப்படவில்லை. பயன்பட்ட நூல்களின் பட்டியலை இந்நூலின் இறுதியில் காணலாம். அந்நூலாசிரியர்களுக்கும் என் நன்றி உரியதாகும்.

விளக்கம், தெளிவு ஆகியவற்றைக் கருதி மிகச்சில இடங்களில் 'கூறியது கூறல்' தவிர்க்கமுடியாதது ஆகிவிட்டது.

வைணவத்தில் நிலைபெற்றுவிட்ட சில மரபுச்சொற்களும் வடசொற்களும் இதுபோன்ற நூல்களில் இடம்பெறுவது இயல்பே. அச்சொற்களுக்கான விளக்கம் பின்னிணைப்பில் கொடுக்கப்பட்டுள்ளது.

சிவகங்கை

ம.பெ. சீனிவாசன்

04-12-1997

1. அறிமுகம்

தமிழக வலாற்றில் கி.பி. 600 முதல் 900 வரையுள்ள காலப் பகுதியைப் பக்தி இயக்கக் காலம் என்று அறிஞர்கள் வரையறுத்துக் கூறுகின்றனர். இக்காலக் கட்டத்தில் தமிழகத்தில் நிலைபெற்றிருந்தது பல்லவர் ஆட்சியாகும். பல்லவர் ஆட்சிக்காலம் பக்தி இயக்கத்தின் உச்சத்தைக் கண்டதாகக் குறிப்பிடுகிறார் அறிஞர் தெ.பொ.மீ.

தமிழகம் காட்டிய பக்திநெறி

பக்திநெறி கி.பி. முதல் நூற்றாண்டு முதல் தென்னாட்டில் தோன்றி வளர்ந்தது என்றும் இதுவே இந்தியாவெங்கும் பரவியது என்றும் அறிஞர்கள் கருதுகின்றனர். தமிழக நதிகளில் தண்ணீர் பருகியவர் பகவான் வாசுதேவரிடம் நீங்காத பக்தி கொள்வர் என்று வடமொழிப் பாகவதம் பகர்கின்றது. தமிழ்நாட்டு நதிக்கரைகளில் தோன்றிய ஆழ்வார்களைக் கருதியே பாகவதம் இவ்வாறு குறிப்பிடுகின்றது. பக்தி என்ற கன்னி தாமிரபரணிக்கரையிலும் காவிரிக்கரையிலும் பிறந்து வடநாட்டில் உலவி குஜராத்தில் முதுமையடைந்தாள் என்று பத்மபுராணம் கூறுகின்றது. பக்தி இயக்கத்தின் வரலாற்றுண்மையைத்தான் புராணங்கள் இப்படிக் கற்பனைக் கண்கொண்டு நமக்குக் காட்டுவதாகக் கருதுவர் அறிஞர். இவற்றால் பக்தியின் பிறப்பிடம் தமிழகம் என்பது உறுதிப் படுகின்றது.

வடநாட்டிலும் பக்திநெறிச் சிந்தனையின் வித்துகள் கி.பி. முதல் நூற்றாண்டிலிருந்தே காணப்படுகின்றன. வடமொழியில் பக்திநெறி பற்றி விரிவாகக்கூறுவது பகவத்கீதை. அதைப்போலச் சாண்டியல்வர், நாரதர் இயற்றிய பக்தி சூத்திரங்களும் ஈஸ்வர கீதையும் பக்திநெறி பற்றிப் பேசுகின்றன. இவற்றின் பின் வடமொழிறிய் பிறந்த விஷ்ணு புராணம், பாகவதபுராணம் (கி.பி. 8, 9ஆம் நூற்றாண்டு) ஆகியவையும் பக்திநெறி பற்றிக் குறிப்பிடுகின்றன. இவ்வகையான நூல்கள் எல்லாம் பக்திநெறிக்கு அறிவு விளக்கம் தருபவையாகவே இருக்கின்றன. தேவாரம், திவ்வியப்பிரபந்தம் போன்று அன்பின் பிழிவாக இல்லை என்பது அறிஞர்தம் முடிவாகும். தமிழில் உள்ள ஆழ்வார், நாயன்மார்களின் பக்திப்பனுவல்கள், பக்தி ஒன்றினாலே முக்தியடையும் எளிய வழியை எடுத்துரைக்கின்றன. எளியதும் இயன்றதுமான ஒருவழியை அனைவரும் விரும்பிப் பின்பற்றுதல் இயல்பாகும். எனவேதான் தமிழகம் காட்டிய பக்திநெறி இந்தியா முழுதும் பரவுதல் சாத்தியமாயிற்று.

பக்தி இயக்கத்தின் எழுச்சி

கிறித்துவுக்குச் சற்று முன்னரே தமிழ்நாட்டில் கால்கொண்டு செழித்திருந்த சமண பௌத்தங்களோடு தமிழகத்தின் பழைய சமயங்களான சைவமும் வைணவமும் தொடங்கிய தத்துவப்

போராட்டமே பக்தி இயக்கத்தின் முதல் எழுச்சி எனலாம். பின்னர் கி.பி. ஆறாம் நூற்றாண்டின் பிற்பகுதியில் பக்தி இயக்கம் வீறுகொண்டு எழுந்தபோது இசையும் இலக்கியமம் அதன் கருவிகள் ஆயின.

எத்தனையோரும் இறைவழிபாட்டில் சிறப்புப்பெறலாம் என்னும் கருத்தினைப் பக்தி இயக்கம் முன்னிறுத்தியது; இவைனை அடைதற்குரிய எளிய வழியாகவும் அது பக்தியை அறிமுகம் செய்தது. அவரவர் செய்த வினைப்பயன்களை நுகர்ந்தே கழிக்க வேண்டும் என்பது சமணர் கொள்கை. இத்தகைய வினைப்பொறியினின்றும் சைவ வைணவ சமயங்கள் மனிதனுக்க விடுதலையளித்தன. வினை, வினைப்பயன் முதலிய யாவற்றிற்கும் மேலாக உள்ளவன் இறைவன் என்றும் அவனைச் சார்ந்தால் வினை கெடும் என்றும் சுருங்கக்கூறி மக்களை ஈர்த்தன. பக்தி இயக்கம் மக்கள் இயக்கமாக மாறியதற்கு இதையே முதற்காரணமாகக் காட்டுவர் க. கைலாசபதி.

இத்தகைய கொள்கைகளை எல்லார்க்கும் விளங்கும் இனிய தமிழில்-இசைத்தமிழில் எடுத்து விளக்கியதும் மற்றொரு காரணமாகும். தமிழில் உள்ள ஆழ்வார். நாயன்மார்களின் பக்திப் பனுவல்களை இசையினின்றும் பிரித்துப் பார்த்தல் இயலாது. பாட்டிலும் பண்ணிலுமே இறைவன் இருப்பதாகப் பாடி மகிழ்ந்தவர்கள் ஆழ்வார்கள்: நாயன்மார்களோ அவ்விறைவனை ஏழிசையாகவும் இசைப்பயனாகவும் கண்டு போற்றியவர்கள் ஆவர். 'தமிழோடு இசைபாடல் மறந்தறியேன்' என்று நாயன்மார் தம்மைப்பற்றிக் கூறிக்கொள்வதும் ஆழ்வார்கள் தம் பனுவல்களை 'இன்னிசை மாலைகள்' என இயல்புவதும் அவர்களின் அருளிச்செயலான திவ்வியப்பிரபந்தத்தில் இசைப்பா, இயற்பா என்னும் பகுப்புமுறை இடம்பெற்றிருப்பதும் இங்கு நாம் நினைவிற் கொள்ளத்தக்கன. இசை காமத்தைத் தூண்டுவது என்னும் சமணரின் கருத்துக்கு மாறாகப் பக்தி இயக்கம் மேற்கொண்ட செயற்பாடு இது.

சமண பௌத்த சமயங்கள் உலக நிலையாமைமையும் துறவையும் வலியுறுத்திக்கூறச் சைவமும் வைணவமும் இதற்கு எதிராக நிலையெடுத்ததும் இங்குக் குறிப்பிடத்தக்கது. ஆழ்வார்களும் நாயன்மார்களும் கூட நிலையாமை பற்றிப் பாடியுள்ளார். எனினும் அவர்கள் உலக இன்பத்தை விடுத்து நிலையாமைக்கே முதலிடம் கொடுக்கவில்லை. உலகம் கடவுளின் படைப்பு (லீலாவிபூதி) என்றும் அது மகிழ்ச்சிக்காகவே படைக்கப்பட்டது என்றும் அவர்கள் பாடிய இடங்களும் உண்டு. இவ்வுலகில், 'வாழும் வகையறிந்தேன்' என்று பெருமிதம் கொண்டார் பேயாழ்வார்; 'செல்வத்திருமாலால் எங்கும் திருவருள் பெற்று இன்புற'லாம் என்றார் கோதை நாச்சியார்; 'நல்லபதத்தால் மனைவாழ்வர்' என்று உறுதியளித்தார் நம்மாழ்வார். 'மண்ணில் நல்லவண்ணம் வாழலாம்' என்றார் திருஞானசம்பந்தர்; இன்பமே எந்நாளும் துன்பமில்லை' என்றார் திருநாவுக்கரசர்: 'இறைகளோடு இசைந்த இன்பம், இன்பத்தோடு இசைந்த வாழ்வு'

என்று மகிழ்ந்தார் சுந்தரர். பக்திநெறிக் கவிஞர்களின் இக்குரல்கள் அக்கால மக்களின் வாழ்க்கையில் புதிய நம்பிக்கையைத் துளிர்விடச் செய்தன. உலக இன்பங்களை நுகர்ந்தவாறே இறைவனிடத்தில் பக்தி செலுத்தலாம் என்னும் கருத்தையும் தோற்றுவித்தன.

கவிதையும் இலக்கியமும் கற்றவர்க்கே உரியன என்ற நிலையும் பக்தி இயக்கக்காலத்தில் மாறியது. பக்திநெறிக் கவிஞர்கள் நாட்டுப்புற மரபுகளைப் பயன்படுத்திக் கவிதையைப் பொதுமக்களுக்கும் உரித்தாக்கி விட்டனர். இதன் பொருட்டு உயிர்த்துடிப்புள்ள எளிய இனிய மொழியைக் கையாண்டனர். இத்தகைய போக்கு தமிழில் மட்டுமன்றிப் பிற இந்திய மொழிகளிலும் பக்திநெறிக் கவிஞர்களிடத்துக காணப் படுகின்றது.

சங்ககால அகப்பொருள் மரபை இறைக்காதலாக மாற்றிப் பாடிய புதுமையையும் இலக்கியத்திற் காணலாம். இறைவனைத் தலைவனாகவும் உயிர்களைத் தலைவியாகவும் அமைத்து ஆழ்வார் களும் நாயன்மார்களும் பாடிய நாயகிபாவப் பாடல்கள் உலகியற் காதலை நினைவூட்டிக் கற்போர்க்குப் பெருவிருந்து படைத்தன.

அன்றியும் வடமொழிக்கு இணையாகத் தமிழைத் தெய்வ மொழியாக உயர்த்தி உணர்ச்சிச் செறிவுடன் பாடியதும் பக்தி இயக்கத்தின் வெற்றிக்கு உதவியது.

இத்தகைய பல்வேறு காரணங்களால் சிறப்புற்ற பக்தி இயக்கக் காலத்தைப் பிற்காலச் சோழப்பேரரசுக்கான முன்னோடிக்காலம் எனவும் களப்பிரர் ஆட்சியில் பின்னோக்கித் தள்ளப்பட்ட தமிழகத் தின் எழுச்சிக்காலம் எனவும் மதிப்பிடுகிறார் தெ.பொ.மீ. காவிரியாறு தந்த வளத்துடன் மக்கள் இயக்கமாக விளங்கிய பக்தி இயக்கம் தந்த சக்தியும் கலந்தபோது சோழநாடு பேரரசு ஆகியது என்கிறார் ஆ. வேலுப்பிள்ளை.

இக்கூற்றக்களால் தமிழக வரலாற்றில் பக்தி இயக்கத்திற்குள்ள சிறப்பினை நாம் ஒருவாறு அறியலாம்.

ஆழ்வார்களும் நாயன்மார்களும்

இவ்வியக்கத்தின் கொடையாக நமக்குக்கிடைத்த அருளாளர்களே ஆழ்வார்களும் நாயன்மார்களும் ஆவர். ஆழ்வார் பன்னிருவரும் பாடிய அருட்பாசுரங்கள் நாலாயிரத்திவ்வியப்பிரபந்தம் என்னும் பெயரில் தொகுக்கப்பட்டுள்ளன. மூவர் முதலிகள் உள்ளிட்ட இருபத்தேழு அருளாசிரியன்மார் பாடியவை சைவத்தில் பன்னிரு திருமுறைகளாகத் தொகுக்கப்பட்டுள்ளன. இத்தொகுப்புப் பணியினால் பக்தி இயக்கம் தன் சிகரத்தைத் தொட்டதாகக் கருதுவர் அறிஞர்.

ஆழ்வார்கள்

திருமாலை வழிபடும் வைணவ சமயப்பெரியோர் ஆழ்வார்,

ஆசார்யர் என இருவகைப்படுவர். இவர்களுள் ஆழ்வார்கள் தம் இறையநுபவத்தின் வெளிப்பாடாக ஈரத்தமிழிற் பாசுரங்களைப் பாடியவர்கள் ஆவர். ஆசார்யர்களோ ஆழ்வார்களின் அடிச்சுவட்டைப் பின்பற்றி வைணவ சித்தாந்தத்தை வளர்த்த மெய்யன்பர்கள் ஆவர். ஆழ்வார்கள் பக்திக்கோயிலை எழுப்பியவர்கள் என்றும் ஆசார்யர்கள் அப்பூங்கோயிலுக்கு ஞானக்கோட்டை கட்டியவர்கள் என்றும் சிறப்பித்துக் கூறுவதுண்டு.

'ஆழ்வார்' என்னும் சொல்லுக்கு இறைவனுடைய கல்யாண குணங்களில் ஆழ்ந்து ஈடுபடுவோர் என்பதுபொருளாகும். 'வேறொன்றில் கண்வையாதே பகவத் குணங்களில் ஆழங்காற்பட்டிருந்தமையால் இவர்களுக்கு ஆழ்வார்கள் என்று பெயராயிற்று' என்பர். பெரும்பாலும் ஏற்கப்பட விளக்கம் இது.

நம்மாழ்வார், இறையருளில் ஆழங்காற்பட்ட நிலையை,

"பாலாழி நீகிடக்கும் பண்டையாம் கேட்டேயும்
காலாழும் நெஞ்சழியும் கண்சுழலும்"

இவ்வாழ்வார்கள் பொய்கையாழ்வார், பூதத்தாழ்வார், பேயாழ்வார், திருமழிசையாழ்வார், நம்மாழ்வார், மதுரகவியாழ்வார், குலசேகராழ்வார், பெரியாழ்வார், ஆண்டாள், தொண்டரடிப்பொழியாழ்வார், திருப்பாணழ்வார், திருமங்கையாழ்வார் எனப் பன்னிருவராவர். இவர்களுள் பதினொருவரே இறைவனைப் பாடியுள்ளனர். மதுர கவியாழ்வார் திருமாலைப் பாடவில்லை. நம்மாழ்வாரையே அவர் தம்முடைய ஞானாசிரியராக ஏற்றுக்கொண்டு போற்றிப் பாடியிருக்கிறார். நம்மாழ்வாரையன்றித் 'தேவுமற்றறியேன்' என்பது அவர் பாசுரம்.

ஆழ்வார் 'பதின்மர' எனக்கொள்ளும் வழக்கும் உண்டு. மதுரகவிகளை நம்மாழ்வார் வைபவத்திலும் ஆண்டாள் என்னும் கோதை நாச்சியாரைப் பெரியாழ்வார் வைபவத்திலும் அடக்கிக் கூறுதலே இதற்குக் காரணம் ஆகும்.

ஆழ்வார்களுள் ஆண்டாள் ஒருவரே பெண்மணி. பெரியாழ்வாரின் வளர்ப்பு மகளாகக் கூறப்படும் இவரை ஆழ்வார் பதின்மரின் சந்ததி என்றும் அவர்களின் ஞானத்தையெல்லாம் சீதனமாகப் பெற்றவர் என்றும் வைணவப் பெரியோர் சிறப்பித்துக் கூறுவர்.

இனி, ஆழ்வார்களுள் ஒருவரான பெரியாழ்வார் பற்றிக் காண்போம்.

☯

2. வாழ்க்கையும் படைப்பும்

பழந்தமிழ்ப் புலவர்கள் அல்லது தமிழ் இலக்கியப் படைப்பாளிகளைக் குறித்துத தெளிவான வாழ்க்கை வரலாற்று நூல்கள் தமிழில் இல்லை. பெரும்பாலும் அவர்களைப்பற்றி வழங்கக்கூடியவை கர்ணபரம்பரைக் கதைகளாகவும் கற்பனை கலந்த புனைவுகளாகவுமே உள்ளன. திருவள்ளுவர் கம்பரைப் போன்ற பெரும்புலவர்களைப் பற்றியும் இத்தகைய கதைகளே வழங்கிவந்தன. ஆராய்ச்சியாளர்கள் அவற்றில் உள்ள புனைவையும் பொருந்தாமையையும் எடுத்துக்காட்டிய பிறகே அக்கதைகளை நம்புவோரின் எண்ணிக்கை இன்று ஓரளவு குறைந்திருக்கிறது.

ஆழ்வார்களின் வரலாறும் இப்பொதுவான நிலைக்கு உட்பட்டதே. அவர்கள் வாழ்ந்த காலமும் அவர்களது சரித நிகழ்ச்சிகளும் பற்றி வைணவ சம்பிரதாய நூல்கள் கூறும் செய்திகளிற் பல வரலாற்றாசிரியர்களுக்கு உடன்பாடானவை அல்ல. ஆழ்வார்கள் துவாபர யுகத்தின் முடிவிலும் கலியுகத்தின் தொடக்கத்திலும் தோன்றி வாழ்ந்ததாக அந்நூல்கள் குறிப்பிடுகின்றன. முதலாழ்வார் மூவரும் தாயின் கருவிலிருந்து பிறவாத தனித்தன்மையுடையவராய் (அயோநிஜர்)க் காட்டப்படுகின்றனர். துவாபர யுகத்திற் பிறந்த மதுர கவியாழ்வார் கலியுகத்திற் பிறந்த நம்மாழ்வாரின் சீடராகத் திகழ்ந்தார் என்பதும் வரலாற்று உணர்வுக்குப் பொருந்தாததே ஆகும்.

கருடவாகன பண்டிதர் வடமொழியில் இயற்றிய 'திவ்யசூரிசரிதம்.' அனந்தாசாரியர் இயற்றிய 'பிரபந்நாம்ருதம்,' பின்பழகிய பெருாமள் சீயர் மணிப்பிரவாள நடையில் செய்த ஆறாயிரப்படி குருபரம்பரை, வடிவழகிய நம்பிதாசர் தமிழிற் பாடிய 'ஆழ்வார்கள் வைபவம்' போன்ற சம்பிரதாய நூல்கள் ஆழ்வார்கள், ஆச்சார்யர்களின் வரலாறு பற்றிக் கூறுகின்றன. ஸ்ரீதேசிகன், ஸ்ரீ மணவாளமாமுனிகள் ஆகியோர் முறையே அருளிச் செய்த 'பிரபந்தசாரம்,' 'உபதேசரத்தினமாலை' போன்ற தமிழ்ப் பிரபந்தங்களிலும் ஆழ்வார்களின் வரலாறுகள் சுருக்கமாகக் கூறுப்பட்டுள்ளன.

இந்நூல்களின் வழி அறியப்படும் பெரியாழ்வாரின் வாழ்க்கை பற்றி முதலிற் காண்போம்.

தென்பாண்டி நாட்டைச் சேர்ந்த ஸ்ரீவில்லிபுத்தூரில் வேயர் குடியிற் பிறந்த முகுந்தபட்டர் என்ற அந்தணர் ஒருவர் வாழ்ந்து வந்தார். அவர்தம் மனைவி பெயர் பதுமவல்லி. அத்தம்பதிகளுக்குக் கலி பிறந்த நாற்பத்தேழாவது ஆண்டான குரோதன வருடத்தில் ஆனிமாதம் சுக்கிலபட்ச ஏகாதசியில் சுவாதி நட்சத்திரத்தோடு கூடிய ஞாயிற்றுக்கிழமை யன்று கருடாழ்வானது அம்சமாய் ஆண்

குழந்தை ஒன்று பிறந்தது. அக்குழந்தைக்கு 'விஷ்ணுசித்தன்' என்று பெயர் சூட்டினர். பிறந்து மொழி பயின்ற காலம் தொடங்கித் திருமாலிடத்துக்கொண்ட காதலிற் சிறந்து நின்றார் விஷ்ணுசித்தர். அவர் வளர்ந்து அறிவறிந்த நிலையில், 'திருமாலுக்குச் செய்யும் எத்தகையதொரு தொண்டு சிறந்ததாகும்? என்று சிந்தித்தார். கிருஷ்ணாவதாரத்தில் இயல்பாகவே ஈடுபாடு கொண்டிருந்த அவருக்கு ஒரு நிகழ்ச்சி நினைவுக்கு வந்தது. கம்சவதத்தின் பொருட்டுக் கண்ணபிரான் கோகுலத்தினின்றும் மதுரைக்குச் சென்றபோது - கம்சனுக்கு மாலை கட்டிக்கொடுத்து வந்த ஸ்ரீமாலாகாரரின் திருமாளிகையைத் தேடிச்சென்று அவரிடம் மாலைகளை இரந்து பெற்று அணிந்து மகிழ்ந்த வரலாற்றை எண்ணிப் பார்த்தார். 'பூவைப் பூவண்ணனுக்குப் பூமாலை கட்டிச் சமர்ப்பிப்பதே சிறந்த கைங்கர்யம்' என்ற முடிவுக்கு வந்தார். ஸ்ரீவில்லிபுத்தூரில் பெரியதொரு நந்தவனம் அமைத்தார். அதிலிருந்து நாள்தோறும் பரிமளமுள்ள பலவகைப் பூக்களாலும் நறுமணமுள்ள திருத்துழாயினாலும் அழகிதாகப் பல மாலைகளைத் தொடுத்து எடுத்துக்கொண்டுபோய், அவ்வூரில் கோயில் கொண்டிருந்த வடபெருங்கோயிலுடையானுக்குச் சமர்ப்பித்து மகிழ்ந்திருந்தார்.

இங்ஙனம் இறைத்தொண்டில் அவர் ஈடுபட்டிருந்த போது, முகுந்தபட்டரின் புதல்வரான விஷ்ணுசித்தர் இறையருளால் 'பட்டர்பிரான்' ஆகும் காலம் கிட்டியது.

அக்காலத்தில் கூடல் என்னும் மதுரையைத் தலைநகராகக் கொண்டு ஸ்ரீவல்லபதேவன் என்னும் பாண்டிய நாட்டை ஆட்சி புரிந்து வந்தான். ஒருநாள் இரவில் அவன் நகர சோதனை செய்து வரும்போது ஒரு வீட்டுத் திண்ணையில் தனியே உறங்கிக் கொண்டிருந்தவனைப் பார்த்து அவனை எழுப்பி யாரென்று விசாரித்தான். அதற்கு அவன், 'நான் திவ்யதேச யாத்திரை செய்து கொண்டு வடநாடெங்கிலும் சுற்றிக் கங்கை நீராடி வரும் அந்தணன்' என்றான். அதுகேட்ட அரசன் அவனிடம், 'உனக்குத் தெரிந்த நீதி ஒன்றைச் சொல்லுவாய்' என்றான். அந்தணனும், 'மழைக்காலத்துக்கு வேண்டியதை மற்ற எட்டு மாதங்களிலும், இரவுக்கு வேண்டியதைப் பகலிலும் முதுமைக்கு வேண்டியதை இளமையிலும், மறுமைக்கு வேண்டியதை இம்மையிலும் தேடுக' என்னும் பொருளுடைய சுலோகத்தைச் சொன்னான். இந்நன்மொழி பாண்டியனின் சிந்தனையைக் கிளறியது. அதில் சொல்லப்பட்ட முதல் மூன்று குறைகள் தனக்கு இல்லாமையாலே அவைபற்றி அவன் கவலைப்படவில்லை. இறுதியாகச் சொன்ன மறுமையின்பத்தைப் பற்றி அவன் சிந்தித்தான். 'அதன் பொருட்டு இதுவரையிலும் நாம் என்ன முயற்சி செய்தோம்?" என்று எண்ணமிட்டான். அன்று இரவு முழுதும் துயில் கொள்ளாதவனாய் அச்சிந்தனையிலேயே கழித்தான். மறுநாள் புரோகிதரான செல்வநம்பியை அழைத்து, 'மறுமையில் பேரின்பம்

பெறுவதற்கு என்னவழி?" என்று வினவினான். அவரோ நாடெங்கிலும் உள்ள அறிஞர்களைக் கூட்டிப் 'பரத்துவ நிர்ணயம்' (பரம்பொருள் பற்றிய முடிவு) செய்தால் இவ்வினாவுக்கு எளிதில் விடை கிடைக்கும் என்றார். அவரது அறிவுரையை ஏற்ற பாண்டியனும் பரத்துவ நிர்ணயம் செய்வார்க்குப் பொற்கிழியளிப்பதாகப் பறைசாற்றிடச் செய்தான். செய்தியறிந்த விஷ்ணுசித்தர் வடபெருங்கோயிலுடையான் நியமனப்படி மதுரைக்குச் சென்று பரசமயவாதிகளோடும் வித்துவான் களோடும் வாதிட்டு விஷ்ணுவே பரம்பொருள் என்பதை நிலைநாட்டினார். இறையருளால் அறியாதனவெல்லாம் அறிந்துகொண்ட அவர் ஸ்மிருதி, இதிகாசம், புராணம் முதலியவைகளிலிருந்து பல வாக்கியங்களைப் பிரமாணங்களாக எடுத்துக்காட்டி, அவற்றின் பொருளையும் தாமே தடைவிடைகளோடு விளக்கிக்கூறி, 'மால்நெறியே மேல் ஒருநெறியும் இல்லா மெய்ந்நெறி' என்றும் அந்நெறியில் நிற்பவரே வீடுபேற்றிற்கு உரியர் என்றும் ஸ்ரீமந்நாராயணனே பிரபஞ்ச காரணமான பரமாத்மாவென்றும் அவனைச் சரணடைவதே சகல விருப்பங்களையும் அடையும் உபாயம் என்றும் அவனே அறமுதலான உறுதிப்பொருள்களை (புருஷார்த்தம்) அளிக்கவல்லவன் என்றும் பலவகையாகப் பகர்ந்து பரத்துவம் இன்னது என்று ஐயத்திற்கு இடமின்றி நிறுவினார். அப்போது கம்பத்தில் கட்டப்பட்டிருந்த பொற்கிழி தானாக அவர் முன்னே தாழ வளைந்தது. விஷ்ணுசித்தர் அப்பொற்கிழியை அறுத்துக்கொண்டார்.

பாண்டியன் ஸ்ரீவல்லபன் விஷ்ணுசித்தரின் ஞானவைபவத்தைக் கண்டு மகிழ்ந்தான். அவரை வணங்கி, 'வேதாந்த விழுப்பொருளின் மேலிருந்த விளக்கை விட்டுசித்தன் விரித்தனன்' என்று அவரைக் கொண்டாடினான். அவருக்குப் 'பட்டர்பிரான்' (அறிஞர் தலைவன்) என்னும் சிறப்புப் பெயரினைச் சூட்டி அவரை யானைமேல் ஏற்றுவித்துப் பல விருதுகளைக் கூறி நகர்வலம் வரச்செய்தான். தனயனின் கோலத்தைக் காண விரும்பிய தந்தையே போன்று பெருமாள் பிராட்டியுடன் கருடன் மீதமர்ந்து வான்வெளியில் தோன்றி விஷ்ணுசித்தருக்குக் காட்சி தந்தான். அப்போது விஷ்ணுசித்தர் அவனது சௌந்தரியத்தில் ஈடுபட்டுப் பொங்கிவரும் பரிவினால் எம்பெருமானது உன்னத நிலையையும் மறந்து அவனுக்குப் 'பல்லாண்டு' பாடத்தொடங்கினார். அதனாலேயே அவர் பெரியாழ்வார்* எனப்பட்டார்.

அதன் பின்னர் ஆழ்வார் தம்மைச் சரணடைந்த பாண்டியனுக்கு அருள்புரிந்து அவனைத் திருமால் அடியானாகத் திருத்திப் பணிகொண்டு ஸ்ரீவில்லிபுத்தூருக்குத் திரும்பி வந்தார். பொற்கிழியாகத் தமக்குக் கிடைத்த செல்வத்தை வடபெருங் கோயிலுடையானுக்கே சமர்ப்பித்தார். முன்போலவே நந்தவன கைங்கர்யத்தில் ஈடுபட்டுத்

* இப்பெயர்க்காரணம் அடுத்த இயலில் விளக்கிக் கூறப்படும்.

தினமும் திருமாலை கட்டி இறைவனுக்குச் சூட்டி வந்தார்.

பூமாலைகளோடு தேனே ஒழுகும் பாமாலைகளைச் சூட்டவும் அவர் மறக்கவில்லை. கிருஷ்ணாவதாரத்தில் மிகவும் ஈடுபட்டுக் கண்ணனின் பிறப்பு முதலாக அவனது இளம்பருவ விளையாட்டுகளையெல்லாம் முற்றாக அனுபவித்துப் 'பெரியாழ்வார் திருமொழி' என்னும் பிரபந்தத்தைப் பாடி முடித்தார்.

திரியும் நெய்யும் தேடாதபடி பெரியாழ்வாரின் அகத்துக்கு ஒரு திருவிளக்காய் வாய்த்தவர் ஆண்டாள். துளசிவனத்தில் குழந்தையாய்க் கிடந்த அவரை எடுத்து வளர்த்து ஆளாக்கி அவர்மூலம் திருப்பாவை, நாச்சியார்திருமொழி போன்ற பிரபந்தங்கள் தோன்றவும் காரணமாய் இருந்தார் பெரியாழ்வார். தம் திருமகளை அரங்கனுக்கே அர்ப்பணித்ததன் மூலம் இறைவனுக்கு மாமனாராகும் பெருமையும் பெற்றார். இப்படி உலகுய்யுமாறு எண்பத்தைந்து ஆண்டுகள் வாழ்ந்த பெரியாழ்வார் தம் இறுதிக்காலத்தில் தாம் மிகவும் விரும்பிப் போற்றிய திருமாலிருஞ்சோலையில் தங்கியிருந்து இறைவன் திருவடி சேர்ந்தார் என்பர்.

நாம் முன்னர்க் குறித்த வைணவ சம்பிரதாய நூல்களால் அறியப்படும் ஆழ்வாரின் வாழ்க்கைச் சுருக்கம் இதுவே ஆகும்.

இங்குக் கூறப்பட்ட ஆழ்வாரின் வாழ்க்கை நிகழ்ச்சிகள் சிலவற்றை வேறுசில வரலாற்று உண்மைகள் கொண்டும், அவரது பாடல்களில் உள்ள அகச்சான்றுகளைக் கொண்டும் நாம் உறுதி செய்யலாம். சிலவற்றை ஓரளவுக்கு ஊகிக்கலாம்.

பெரியாழ்வாரது பாடல்களில் அவர் பாண்டியன் அவையில் சமயவாதம் நிகழ்த்தியது பற்றிய குறிப்பு எதுவும் இல்லை. பின்வந்த பாண்டிய பட்டர் என்பவர் பாடிய இரண்டு வெண்பாக்களே இதுபற்றிப் பேசுகின்றன. திருப்பல்லாண்டு, பெரியாழ்வார் திருமொழி களின் தனியன்கள் இவை. ஆயின் அவர் பிறந்த ஊரும் பேரும் குடியும் பற்றித் தம் பலசுருதிப் பாடல்களில் வெளிப்படையாகவே சொல்லியிருக்கிறார். 'வில்லிபுத்தூர் விட்டுசித்தன்,' 'பட்டர்பிரான் விட்டுசித்தன்,' 'வேயர் தங்கள் குலத்துதித்த விட்டுசித்தன்' என வருவன இதற்குச் சான்றுகள். வில்லிபுத்தூர், 'புதுவை' எனக் குறிக்கப் படுவதைத் 'தென்புதுவைப்பட்டன்,' 'புகழ்ப்புதுவைப்பட்டன்' என வரும் தொடர்களால் அறியலாம்.

பலருக்குப் பெற்றோர் வைக்கும் பெயர் பொருத்தமின்றியே போவதுண்டு. விஷ்ணுசித்தர் என்பதற்கு, 'விஷ்ணுவைச் சித்தத்தில் உடையவர்' என்பது பொருள். இதற்கேற்பவே 'விஷ்ணுசித்தர்' என்னும் பெயரை எழுத்துக்கு எழுத்து உண்மையாக்கிக் கொண்டவர் ஆழ்வார். 'மெய்ந்நாவன் மெய்யடியான் விட்டுசித்தன்' (4-9-11) என்று தம்மைப்பற்றிக் கூறிக்கொள்வார் அவர். உள்ளும்

புறமும் வேறுபடாத இம்மெய்மைக்கு ஏற்பவே இறைவனை உள்ளத்தில் தாங்கிய மெய்யடியாராகவே அவர் வாழ்ந்தார். இதற்கு அவர் பாசுரங்களே சான்றாகின்றன. 'மார்வமே கோயில்; மாதவனே தெய்வம்; அவனிடத்துக் கொள்ளும் ஆர்வமே பூ' (4-5-3) என்று வாழ்ந்தவர் அவர். 'பெருமான் எனதுடலைத் தனக்கு இடமாகக்கொண்டு பாம்பணையோடும் வந்து எனக்குள்ளே இனிதாகப் பள்ளிகொண்டிருக்கின்றான்' என்கிறார்.

"மெய்க்கொண்டு வந்து புகுந்து
வேதப் பிரானார் கிடந்தார்;
பைக்கொண்ட பாம்பணையோடும்" (5-2-1)

என்பது பாசுரம்.

"அனந்தன் பாலும் கருடன் பாலும்
ஐது நொய்தாக வைத்து, என்
மனந்தனுள்ளே வந்து வைகி
வாழச்செய்தாய்; எம்பிரான்!" (5-4-8)
"பனிக்கடலில் பள்ளி கோளைப்
பழகவிட்டு ஓடிவந்து, என்
மனக்கடலில் வாழவல்ல
மாய மாணாள நம்பீ" (5-4-9)

என்னும் பாசுரங்களில் விஷ்ணுசித்தர் என்னும் அவரின் பெயருக்குப் பொருந்துமாறு திருமாலே வந்து அவர்சிந்தையில் விருப்புற்றுத் தங்கியதை அறிகிறோம். இதற்கு அடுத்த பாசுரத்திலும் 'வடதிசையில் உள்ள திருப்பாற்கடலும் ஸ்ரீவைகுண்டமும் மதில்களையுடைய துவாரகையுமாகிற இவ்விடங்களையெல்லாம் இகழ்ந்து என் உள்ளத்தையே வாழ்விடமாகக் கொண்டாயே! இஃது என்ன வாத்சலயம்' என்று வியப்படைகிறார். பிரபந்தத்தின் முடிவிலும் இறைவன் தம்முடைய மனத்தில் கோயில்கொண்டிருப்பதை மறவாமல் குறிப்பிடுகின்றார். 'விட்டுசித்தன் மனத்தே கோயில்கொண்ட கோவலன்' என்பது அவர் பாசுரம்.

இங்ஙனம் இறைவனைச் சித்தத்தில் சேர்த்து வாழ்ந்த ஆழ்வார், இறைவன் கோயில்கொண்ட இடங்களையே தமக்குரிய வாழ்விடங்களாகவும் அவனுக்குச் செய்யும் கைங்கர்யத்தையே தம் வாழ்க்கையின் பயனாகவும் கொண்டு வாழ்ந்திருப்பார் என்று கருதத்தடையில்லை. ஓரிடத்தில்,

"வன்மையாவது உன்கோயிலில் வாழும்
வைட்டணவன் என்னும் வன்மை கண்டாயே" (5-1-3)

என்கிறார். திருமால் அடியாராய்-வைணவராய்த் திருமாலின் கோயிலில் வாழும் வாழ்க்கையையே தமக்குரிய மிடுக்காக- வலிமையாக

அவர் கருதியமை புலப்படும், ஏனைய மக்களைப்போல உண்ணும் சோறும் பருகும் நீரும் அவருக்குத் தாரகமாக இருந்ததில்லை. அவரது உயிர்வாழ்க்கை எப்படி நடந்தது என்பதைக் கேட்போரின் மனங்கரையும்படி ஓரிடத்தில் வெளிப்படுத்துகின்றார்.

'கண்ணா! நான்முகனைப் படைத்தானே! அடியேன் உண்ணா நாளில் எனக்குப் பசி ஏற்படுவதில்லை. இடைவிடாதே 'நமோநாரணா' என்று எண்ணாத நாளும், நான்கு வேதங்களைச் சொல்லிக்கொண்டு அப்போது அலர்ந்த பூக்களால் உன் திருவடிகளை அருச்சிக்காத நாளுமே எனக்குப் பட்டினி நாளாகும்' (5-1-6) என்கிறார்.

எனினும் தாம் மேற்கொண்ட இறைத்தொண்டுக்குக் குறை ஏற்படாதவாறு இறைவனுடைய திருவடி வாரத்தில் தமது வாழ்க்கைத் தேவைகளை வகுத்துக்கொண்டு உலகத்தாரோடு பொருந்தாமல் முக்தி நெறிக்கு முயன்றதையும் ஒரு பாசுரத்தில் குறிப்பிடுகின்றார்.

'குஞ்சரம் வீழும்படி கொம்புகளை முறித்தவனே! தோட்டமும் மனைவியும் பசுக்களும் மாட்டுத்தொழுவமும் குளமும் விளைநிலமும் கிணறுமாகிய இவை எல்லாவற்றையும் குறைவில்லாமல் அடியேன் உன் திருவடிகளிலே திரளவகுத்துக் கொண்டிருந்தேன். எல்லாம் உன் திருவடியே என்ற உறுதியோடு இருக்கிற எனக்கு நாட்டு மானிடரோடு கூடுவது பொறுக்கவில்லை. மற்றவர்கள் விரும்பினால் எனக்கென்ன?' (5-1-5) என்கிறார்.

இதனால் இறைநினைவோடு கூடிய அவரது இல்லற வாழ்க்கையையும் இறைத்தொண்டுக்குத் தடையான உலகத்தவரோடு பொருந்தாமல் அவர் கைங்கர்யத்தில் காலம் கழித்து வந்ததையும் நாம் ஊகிக்கலாம். இத்தகைய ஊகங்களுக்கு இங்குக் குறித்த பாசுரங்களே ஒருவகையில் ஆதாரமாகின்றன.

இனி இவ் ஆழ்வார் வாழ்ந்த காலம் குறித்து நோக்குவோம்.

ஆராய்ச்சியாளர்களிடையே ஆழ்வார்களின் காலம் பற்றிக் கருத்தொற்றுமை இல்லை. அவரவர் காட்டும் ஆதாரங்களுக்கும் அறிவுத்திறனுக்கும் ஏற்ப அது முடிவற்ற விவாதமாக நிகழ்ந்திருக்கிறது. கால ஆராய்ச்சிக்குப் பெயர்போன பேராசிரியர் எஸ். வையாபுரிப் பிள்ளை, ஆழ்வார்கள் அனைவரும் கி.பி. 700க்கும் 900க்கும் இடைப்பட்ட காலத்தில் வாழ்ந்தவர்கள் எனக்குறிப்பிட்டுள்ளார். பெரியாழ்வாரும் ஆண்டாளும் கி.பி. 850 அளவில் வாழ்ந்தவர்கள் என்பது அவர் கருத்தாகும்.

குருபரம்பரை என்னும் நூல் ஆழ்வார் காலத்துப் பாண்டியன் ஸ்ரீவல்லபன் என்று குறிப்பிட, ஆழ்வாரோ தம் காலத்துப் பாண்டியனாகக் 'கோள்நெடுமாறன்' என்பவனைக் குறிப்பிட்டுள்ளார்.

> "கொன்னவில் கூர்வேல கோனநெடுமாறன் தென்கூடற்கோன்
> தென்னன் கொண்டாடும் தென் திருமாலிருஞ்சோலையே"
> (4-2-7)

என்பது அவர் பாசுரம், ஆழ்வார் கூறும் மாறன் என்ற பெயரும் குருபரம்பரை நூல்கள் கூறும் ஸ்ரீவல்லபன் என்ற பெயரும் சேர்ந்து ஸ்ரீமாறன் ஸ்ரீவல்லபன் என்ற பாண்டியன் ஒருவனுக்கே உரிமையாயிருத்தலைப் பட்டயங்களும் கல்வெட்டுக்களும் கொண்டு அறியமுடிகின்றது. இதனை எடுத்துக்காட்டும் டாக்டர் மா. இராசமாணிக்கனார் சீமாறன் சீவல்லபன் காலம் கி.பி. 835-862 ஆதலின் பெரியாழ்வாரும் அவன் காலத்தவரே என்று அறுதி யிடுகின்றார்.

பெரியாழ்வார் கி.பி. 690இல் அவதரித்து 775 வரை வாழ்ந்திருக்கக்கூடும் என்பது மகாவித்துவான் மு. இராகவையங்கார் அவர்களின் கருத்தாகும். அக்காலத்தில் பாண்டியநாட்டை அரசு செய்தவர்களாக மூவரைக் குறிப்பிடுகிறார் அவர். அவர்கள் முறையே கோச்சடையன், மாறவர்மன், பராந்தகன் ஆகியோர் ஆவர். மூன்றாமவனான பராந்தகனைப் 'பரம வைஷ்ணவன்' என்றே செப்பேடுகள் குறிப்பிடுகின்றன. இம்மூவருள் இடைப்பட்ட மாறவர்மன்* காலத்திலேயே பெரியாழ்வார் மதுரையில் நடத்திய சமயவாதம் நிகழ்ந்திருக்க வேண்டும் என்றும் அதன் பயனாய்ச் சைவனான பாண்டியன் ஆழ்வார்க்கு அடியவன் ஆனான் என்றும் அவன் மகன் பராந்தகன் தந்தை போலன்றி ஆழ்வாரது சார்பால் வாழ்நாள் முழுதும் வைணவனாகவே விளங்கினான் என்றும் அதன் பொருட்டே அவன் 'பரமவைஷ்ணவன்தானாகி' என்று செப்பேட்டில் சிறப்பிக்கப்படுகிறான் என்றும் மு. இராகவையங்கார் கருதுகின்றார்.

இவ்வாறு பெரியாழ்வார் காலத்துப் பாண்டியர்களைப்பற்றி ஆராய்ச்சியாளரிடையே கருத்து வேற்றுமை இருப்பினும் பெரியாழ்வார்- அவர்காலத்தில் ஆட்சிபுரிந்த பாண்டியர்களைப்பற்றிச் சிறப்பித்துப் பேசியிருப்பதைக் காணமுடிகின்றது. பாண்டியன் பகைமன்னர் பலரோடு போரிட்டு வென்றதையும் அவர்களை வெங்கானிடைத் துரத்தியதையும் பாசுரம் ஒன்றில் குறிப்பிட்டுள்ளார்.

> "குறுகாத மன்னரைக் கூடுகலக்கி வெங்கானிடை
> சிறுகால் நெறியே போக்குவிக்கும் செல்வன்" (4-2-8)

என்பது அவர் திருப்பாடல் தரும் குறிப்பு. அழகு பொருந்திய திருவடிகளை இறைவன் அவர் தலைமீது அடையாளமாகப் பொறித்ததற்கு ஆழ்வார் கூறும் உவமை என்ன தெரியுமா? மேருமலை

---

* மாறன் என்ற பெயரையே மாறவர்மன் என்றும் நெடுமாறன் என்றும் கூறுவதுண்டு; இம்மாறவர்மனுக்கு ஸ்ரீவல்லபன் என்ற பெயரும் உண்டு என்பர் பேராசிரியர் மு. இராகவையங்கார். காண்க: ஆழ்வார்கள் காலநிலை, பக். 86, 100.

மீதில் தமது கயல் சின்னத்தைப் பொறித்த பாண்டியர்களின் தீரச் செயலையே அதற்கு ஒப்பிடுகிறார் அவர். திருமாலின் செயலை நினைந்தபோது திருவுடை மன்னரின் செயலே அவர் நினைவுக்கு வருகின்றது.

> **"பருப்பதத்துக் கயல்பொறித்த பாண்டியர் குலபதிபோல்**
> **திருப்பொலிந்த சேவடிஎன் சென்னியின்மேல் பொறித்தாய்"**
>
> *(5-4-7)*

என்பது அவர் பாசுரம். ஆழ்வார் தம் பிரபந்தத்தைத் தலைக்கட்டும் நிலையில் பாண்டியனை இவ்வாறு நினைவுகூர்வது குறிப்பிடத் தக்கது.

குருபரம்பரை முதலான நூல்களில் பாண்டியனின் புரோகிதராகக் கூறப்படும் செல்வநம்பியும் ஆழ்வார்தம் பாசுரங்களில் மதிப்புடன் பேசப்படுகின்றார். செல்வநம்பி திருக்கோட்டியூரைச் சேர்ந்தவர். திருக்கோட்டியூர் எம்பெருமானிடம் பெருங்காதல் கொண்டிருந்த ஆழ்வார் அவ்வூரினரான செல்வநம்பியிடம் பழகி நட்புக்கொண்டிருந்தார் எனக்கருதலாம்; மேலும் அவரது நட்புறவு பாண்டியனைத் தம் அடியவனாக்கிப் பாண்டிநாடு முழுதும் வைணவம் தழைத்து இனிது ஓங்குதற்கு உதவியதையும் அவர் நன்றியுணர்ச்சியுடன் எண்ணி மகிழ்ந்திருக்கக்கூடும். அதனை வெளிப் படுத்து முகமாகவே தமது திருமொழிகளில் செல்வநம்பியைப் பற்றி அவர் குறிப்பிட்டிருக்க வேண்டும்.

> **"அல்வழக்கு ஒன்றுமில்லா அணிகோட்டியர்**
> **கோன், அபிமான துங்கன்,**
> **செல்வனைப் போலத் திருமாலே! நானும்**
> **உனக்குப் பழஅடியேன்;"**

என்கிறார் ஆழ்வார். திருப்பல்லாண்டில் இடம்பெறுவது இது. செல்வநம்பியை முன்னிட்டுக்கொண்டு தம் அடிமைத்திறம் பற்றி ஆழ்வார் பேசுவது நம்பியிடத்து அவர் கொண்டிருந்த பெருமதிப்பையே காட்டுகிறது.

மீண்டும் 'பெரியாழ்வார் திருமொழி'யில் 'நாவகாரியம்' என்று தொடங்கும் பதிகத்தில் செல்வநம்பியைச் சிறப்பிக்கின்றார் ஆழ்வார். குளிர்ந்த குணங்களையுடையவனும் தெளிந்த செல்வனுமான செல்வ நம்பியைத் திருக்கோட்டியூர்ச் செங்கண்மால் தானே விரும்பிச் சேவகம் கொண்டதாகப் பேசுகின்றார்.

> **"நளிர்ந்த சீலன் நயாசலன் அபிமான துங்கனை நாள்தொறும்**
> **தெளிந்த செல்வனைச் சேவகங்கொண்ட செங்கண்மால்"**

என்பது பாசுரம். இங்ஙனம் சிறப்பிக்கப்படும் செல்வநம்பியின்

காலத்தை அறிதற்கும் சான்று எதுவும் கிடைக்கவில்லை.

ஆழ்வாரின் படைப்புகள்

ஆராய்ச்சி அறிஞர்களால் கிபி. 8 அல்லது 9ஆம் நூற்றாண்டில் வாழ்ந்தவராகக் கருதப்படும் ஆழ்வார் செய்த நூல்கள் இரண்டாகும். அவை திருப்பல்லாண்டு, பெரியாழ்வார் திருமொழி என்பன. இவ்விரு நூல்களும் ஸ்ரீமந்நாதமுனிகள் தொகுத்த நாலாயிரத்திவ்வியப் பிரபந்தத்தில் - முதலாயிரத்தில் முதலில் இடம்பெற்றுள்ளன. திவ்வியப்பிரபந்தத்தின் தொடக்கத்தில் தோரணவாயில்போல் அமைந்தவை இவ்வாழ்வாரின் திருமொழிகளே. முதலில் திருப்பல்லாண்டு; அடுத்துப் பெரியாழ்வார் திருமொழி. இவ்விரண்டையும் தனித்தனி நூல்களாகக் கொள்வர் தென்கலையார். வடகலை சம்பிரதாயத்தில் திருப்பல்லாண்டு பெரியாழ்வார் திருமொழியின் ஓர் அங்கமாகவே கொள்ளப்படுகின்றது. ஆயினும் திருப்பல்லாண்டைத் திவ்வியப்பிரபந்தத்தின் தொடக்கமாகக் கொள்வதில் எந்த மாற்றமும் இல்லை. வடகலையார் கருத்துப்படி ஆழ்வார் செய்த நூல் திருப்பல்லாண்டை உள்ளடக்கிய 'பெரியாழ்வார் திருமொழி' என்னும் ஒரு பிரபந்தமே ஆகும். இரண்டிலும் உள்ள மொத்தப் பாசுரங்கள் 473 (முறையே 12; 461).

திருப்பல்லாண்டு, பெரியாழ்வார் திருமொழி ஆகிய இரண்டனுக்கும் மணிப்பிரவாள நடையில் முன்னோர் உரையெழுதியுள்ளனர். திருப்பல்லாண்டுக்குப் பெரியவாச்சான்பிள்ளையும், பெரியாழ்வார் திருமொழியின் முதல் நான்கு பத்துகளுக்கு (நானூறு பாசுரங்களுக்கு) மணவாளமாமுனிகளும் உரை வகுத்துள்ளனர். திவ்வியப்பிரபந்தம் முழுமைக்கும் உரைசெய்தவர் பெரியவாச்சான்பிள்ளை. எனினும் பெரியாழ்வார் திருமொழியின் முதல் நான்கு பத்துகளுக்கு அவர் செய்த வியாக்கியானம் கிடைக்கவில்லை. எனவே கிடைக்காத அப்பகுதிக்கு மட்டும் மணவாளமாமுனிகள் வியாக்கியானம் செய்திருக்கின்றார். மாமுனிகளின் ஆசாரியரான திருவாய்மொழிப்பிள்ளை பெரியாழ்வார் திருமொழிக்கு அருளிச்செய்த ஸ்வாபதேச வியாக்கியானம் ஒன்று உண்டு. நம் காலத்தில் வைணவப் பேரறிஞராக வாழ்ந்த காஞ்சிப் பேராசிரியர் பி.ப. அண்ணங்கராசாரியர் இவ்விரு பிரபந்தங்களுக்கும் எழுதிய 'தீபிகை உரை'களும் புகழ் படைத்தவை.

'ஸ்ரீஸ்ரீவைஷ்ணவ சுதர்சனம்' நிறுவனர் கி. ஸ்ரீநிவாஸய்யங்கார் அவர்கள் திருப்பல்லாண்டுக்குச் செய்த 'திவ்யப்பிரபந்தஸாரம்' என்னும் வியாக்கியானமும் சிறப்புமிக்கதாகும்.

இனி, பெரியாழ்வாரின் திருப்பல்லாண்டு பற்றிக் காண்போம்.

3. திருப்பல்லாண்டு

பெரியாழ்வார் அருளிச்செய்த இரண்டு பிரபந்தங்களுள் முதலாவதாக உள்ளது 'திருப்பல்லாண்டு' என்னும் பிரபந்தமாகும். இதில் பன்னிரண்டு பாசுரங்கள் உள்ளன. ஒவ்வொரு பாசுரத்திலும் 'பல்லாண்டு பல்லாண்டு' என்று சொல்லி இறைவனுக்கு நன்மையை வேண்டிக் காப்பிட்டிருப்பதனால் இதற்குப் 'பல்லாண்டு' என்று பெயர் ஏற்பட்டது. அன்றியும் இப்பிரபந்தம் 'பல்லாண்டு' என்று தொடங்குவது பற்றி முதற் குறிப்பு என்னும் இலக்கணத்தால் இப்பெயர் பெற்றதாகவும் கூறுவர். முதலில் நிற்கும் 'திரு' என்பது மேன்மையையும் தெய்வத்தன்மையையும் உணர்த்துகின்றது.

பல்லாண்டு பாடுதலை 'மங்களாசாசனம்" எனக் கூறுதல் வைணவ மரபு. அம்மரபு பற்றிப் பெரியாழ்வார் பாடிய திருப்பல்லாண்டினை 'மங்களாசாசனப் பிரபந்தம்' என்றும் குறிப்பிடுவர். மங்களம் என்றால் நன்மை என்று பொருள். ஆசாசனம் என்னும் சொல்லுக்கு விரும்புதல் என்று பொருள். ஆக, நன்மைகளை விரும்புதல் மங்களாசாசனம் ஆகும். திருமகள் கேள்வனாகிய எம்பெருமானிடம் அவனுக்கே நன்மைகளை வேண்டி ஆழ்வார் பாடிய பிரபந்தமே திருப்பல்லாண்டாகும். இங்ஙனம் இறைவனுக்குப் பல்லாண்டு பாடி மங்களாசாசனம் செய்வதற்கு வைணவத்தில் ஏற்றமான இடம் உண்டு. அதற்கு மேம்பட்ட நிலையும் இல்லை என்பர்.

பல்லாண்டிசை

இறைவனுக்குப் பல்லாண்டு பாடும் மரபு இருந்ததையும் அஃது இசையாகப் பாடப்பட்டது என்பதையும் திருநாவுக்கரசரின் திருவாரூர்ப் பதிகத்தால் அறியலாம். பல்லாண்டு பாடுவோரை,

"பாடுவார் பணிவார் பல்லாண்டிசைகூறு பக்தர்கள்"

என்று குறிப்பிடுகிறார் அவர்.

பண்பலபாடிப் பல்லாண்டிசைப்ப"

என்பது பெரியாழ்வாழ் திருமொழி (1-9-5).

பாண்தேன் வண்டறையும் குழலார்கள் பல்லாண்டிசைப்ப (6-2-5)

என்பது பெரிய திருமொழி.

"பன்னிருவர் ஆதித்தர் பல்லாண்டு எடுத்திசைப்ப"

என்பது ஆதிஉலா. இவற்றால் 'பல்லாண்டு வாழ்க' என வாழ்த்துதற் பொருளில் அமைந்த இசைப்பாட்டினைப் 'பல்லாண்டிசை'

எனக்குறிக்கும் வழக்கு இருந்தமை அறியலாம். அங்ஙனம் பாடுவாரைப் 'பல்லாண்டிசைப்பார்' எனத் திருப்பாவையும் குறிப்பிடுகின்றது. சூளாமணியும் இவ்வாறே கூறுகின்றது. பல்லாண்டிசை பற்றித் திருநாவுக்கரசர் முதலிற் குறிப்பிட்டுள்ள போதிலும் அவர் காலத்தில் தனியான பல்லாண்டுப் பாடல் இருந்ததா என்று தெரியவில்லை.

முதற் பல்லாண்டு நூல்கள்

'பல்லாண்டு' என்னும் இலக்கிய வகைக்குரிய தொடக்கக்கால நூல்களாக நமக்குக் கிடைப்பன பெரியாழ்வாரின் திருப்பல்லாண்டும் சைவத்தில் பின்னர்த் தோன்றிய சேந்தனாரின் திருப்பல்லாண்டுமே யாகும். இவையிரண்டும் இசைப்பாக்கள். முறையே, 'முதலாயிரம்,' 'திருவிசைப்பா' என்னும் இசைப்பாத் தொகுதிகளில் இவை இடம்பெறுவது கொண்டு இதனை அறியலாம்.

முதன்மை பெறும் திருப்பல்லாண்டு

பெரியாழ்வாரின் திருப்பல்லாண்டு தமிழ்வேதமான நாலாயிரத் திவ்வியப்பிரபந்தத்தின் தொடக்கத்தில் முந்துற முன்னம் அமைந்துள்ளது என்பதை முன்பே குறித்தோம். இங்ஙனம் முதலாவதாக இடம்பெற்றமை அதன் பெருஞ்சிறப்பை நன்கு புலப்படுத்துவதாக உள்ளது. இச்சிறப்புக்கான காரணத்தையும் முன்னோர் ஆய்ந்து கூறியுள்ளனர்.

திருப்பல்லாண்டுக்கு முதலிடம் அளிப்பது ஏன்? ஏனைய ஆழ்வார்களின் பிரபந்தங்களைக் காட்டிலும் காலத்தால் அது முற்பட்டதா? அதை அருளிய பெரியாழ்வார் முதலில் தோன்றியவரா? பாசுரங்களின் எண்ணிக்கையில் திருப்பல்லாண்டு முதலிடம் பெறுகின்றதா?

காலமுறைப்படி பெரியாழ்வாரின் திருப்பல்லாண்டு பன்னிரண்டாவது பிரபந்தமாகும்; ஆழ்வாரும் எட்டாமவர் ஆவர். பாசுரங்களின் எண்ணிக்கையும் பன்னிரண்டே ஆகையால் திருப்பல்லாண்டு முதலிடம் பெறுவதற்கு இவை காரணங்கள் அல்ல.

பின் என்னதான் காரணம்? அதற்கான விடை இதுவே. வேதத்துக்கு முன்னும் பின்னும் எப்போதும் பிரணவத்தையே (ஓங்காரம்) ஓதவேண்டும். அதுபோலத் தமிழ் வேதமான திவ்வியப் பிரபந்தத்தின் தொடக்கத்திலும் முடிவிலும் ஓதப்பட வேண்டியது ஓங்காரப் பொருளுடைய திருப்பல்லாண்டே தமிழ் வேதத்திற்குப் பல்லாண்டுதான் பிரணவம். எனவே தான் நாதமுனிகள் திருப்பல்லாண்டைத் திவ்வியப்பிரபந்தங்களின் தொடக்க மாகக் கொண்டார். இதனை மணவாளமாமுனிகள் உபதேச ரத்தின மாலையில் தெளிவுபடுத்தியுள்ளார்.

"கோதிலவாம் ஆழ்வார்கள் கூறு கலைக்கெல்லாம்

ஆதி திருப்பல்லாண்டு ஆனதுவும் வேதத்துக்கு
ஓமென் னுமதுபோல் உள்ளதுக்கெல் லாம்சுருக்காய்த்
தான்மங் கலமாத லால்"

அன்றியும் இப்பிரபந்தம் அவதரித்த சூழ்நிலையாலும் இதற்கோர் ஏற்றமுண்டு.

பெரியாழ்வார் பல்லாண்டு பாடிய சூழல்

சீவல்லபன் என்னும் பாண்டியனது அவையில், 'நாராயணனே பரம்பொருள்' என்று பரத்துவ நிர்ணயம் செய்து பொற்கிழி பெற்றார் பெரியாழ்வார். அகமகிழ்ந்த பாண்டியன் அவரை யானை மீதேற்றி ஊர்வலம் செய்வித்தான். அப்போது இறைவன் திருமகளுடன் கருடன்மேல் ஆழ்வாருக்குக் காட்சியளிக்க, 'அவனுக்கு என்ன தீங்கு நேருமோ' என்று தாய் உள்ளத்துடன் காப்பிடக் கருதினார் பெரியாழ்வார். யானையின் மணிகளையே தாளமாகக்கொண்டு,

"பல்லாண்டு பல்லாண்டு பல்லாயிரத்தாண்டு, பலகோடி
நூறாயிரம்,
மல்லாண்ட திண்தோள் மணிவண்ணா! உன் சேவடி செவ்வி
திருக்காப்பு"

என்று பல்லாண்டு பாடத்தொடங்கினார். பல்லாண்டு அவதரித்த சூழலை வைணவ நூல்கள இவ்வாறு விவரிக்கின்றன.

பிரபந்தம் தோன்றிய காலத்தை நோக்க - அக்காலமும் இணையற்றது என அறியலாம். எல்லாப் பிரபந்தங்களும் எந்த ஒரு பரம்பொருளைக் குறித்துத் தோன்றினவோ அப்பரம்பொருள் காட்சிதரும் காலத்தில் அவன் உள்ளிட்ட எல்லோரும் கேட்டு மகிழ அவனுக்குப் பல்லாண்டு பாடிய பிரபந்தம் இதுவே. 'கூராழி வெங்சங்கு ஏந்தி மண்ணும் விண்ணும் மகிழவே வந்து' இறைவன் காட்சி தந்த நேரத்தில் அவதரித்த ஏற்றம் இத்திருப்பல்லாண்டுக்கு மட்டுமே உண்டு.

விஷ்ணுசித்தர் – பெரியாழ்வார் ஆனார்

இங்ஙனம் இறைவனுக்குப் பல்லாண்டு பாடியதாலேயே அன்றுவரை விஷ்ணுசித்தாராய் இருந்தவர் பெரியாழ்வார் என்று பெயர் பெற்றார்.

விஷ்ணுசித்தர் எவ்விதத்தில் பெரியவர்? அவருக்குப் பெரியாழ்வார் என்று பெயர் வந்தது ஏன்?

எத்தகையோராயினும் பரம்பொருள் தமக்கு முன்னர்த் தோன்றும் போது நன்மைகளையே வேண்டிப்பெறுவர். தீமைகள் விலகும்படி வரம் கேட்பர். ஆனால் ஆழ்வாரோ தமக்கு ஒரு

நன்மையையும் பிரார்த்திக்கவில்லை. தீமையை விலக்குமாறும் வேண்டிக்கொள்ளவில்லை. எல்லாம் வல்ல இறைவனைக் கண்ட போது அடியவரல்லவா தமக்குக் காப்பினைத் தேடிக்கொள்ள வேண்டும்? தமக்கு வேண்டிய நன்மைகளைப் பிரார்த்தித்துக்கொள்ள வேண்டும்? ஆனால் விஷ்ணுசித்தரோ இறைவனுக்கே காப்பிடுகிறார்; அவனுடைய சௌகுமார்யம் (மென்மை) சௌந்தர்யம் (அழகு) முதலிய வற்றுக்கு என்ன தீங்குவருமோ என்று வயிறு எரிந்து பல்லாண்டு பாடுகிறார். அவனுடைய அழகில் ஆழ்ந்து அமிழ்ந்துவிடாமல் தரித்து நின்று மேன்மேலும் காப்பிடுகிறார். 'இறைவன் அறப்பெரியவன்; உயர்வற உயர்நலமுடையவன்; அவனுக்குக் காப்பிடும் தகுதி நமக்கு இல்லை' என்று ஆழ்வாருககுத் தோன்றவில்லை. 'அவனோ நம்மைக் காப்பவன்; நாமோ அவனால் காக்கப்படுபவர்' என்ற எண்ணமும் அவரிடத்தே உண்டாகவில்லை. இறைவனிடத்துக் கொண்ட பிரேமைப் பெருக்கினால் இறைவன் சர்வரட்சகன் என்பதையும் மறந்தார்; அவனது அளவற்ற ஆற்றல் முதலானவற்றையும் மறந்தார். அவனைத் தன்னால் காக்கப்படும் குழைச்சாக்காக நினைத்தார். எனவே தம் மங்களாசாசனத்தால் அவனைக் காக்கவேண்டும் என்று ஆசைப்பட்டு அவனுக்குப் பல்லாண்டு பாடினார். இச்செயல் அறிவுக்குப் பொருந்தாதது போலத் தோன்றும். 'காக்கப்படுகின்றவன் தன்னைக் காக்கின்ற சர்வேசுவரனுக்கு மங்களத்தையுண்டாக்க விரும்புதல் குற்றமன்றோ?' என்னும் தடையும் எழும். இத்தடையை மறுத்து அதுவே உண்மையான ஆத்மசொரூபத்துக்கு ஏற்றது என்று பிள்ளைலோகாசார்யர் நிறுவியுள்ளார். ஞானநிலையில் காப்பவன் - காக்கப்படுபவன் என்னும் தன்மை தனக்குரிய இடத்திலே கிடக்கும் என்றும் பிரேம நிலையில் மாறிக்கிடக்கும் என்றும் அவர் குறிப்பிடு கின்றார். 'ஸ்ரீவசனபூஷணம் என்னும் அவரது நூலில் இடம் பெறும் கருத்து இது. இதன் விளக்கம் வருமாறு:

இறையடியார்க்கு இரண்டு நிலைகள் உண்டு. ஒன்று ஞானநிலை; மற்றொன்று பிரேமநிலை. ஞானத்தின் போது தமது நிலையையும் ஈசுவரன் நிலையையும் நன்கறிவர்; 'சர்வேசுவரன் நம்மைக் காப்பவன்; நாம் இவனால் காக்கப்பெறுவோம்' என்று அவனையே புகலாகப் பற்றியிருப்பர். ஆனால் பிரேமநிலையிலோ இது முன்பின்னாக மாறி விடுகின்றது. அப்போது அவர்கள் பகவானிடம் கொள்ளும் அன்பு வெள்ளத்திற்கோர் அளவில்லை. அது கரைகடந்து பொங்கித் ததும்புகின்றது. அந்நிலையில் ஈசுவரனை நாம் காக்கவேண்டும் என்று முற்படுகின்றனர். எனவே பிரேம தசையில் காப்பவன்-காக்கப் படுவோன் என்னும் நிலையில் தடுமாற்றம் ஏற்படுகின்றது.

இதனால் இறைவனுக்குப் பல்லாண்டு பாடிய ஆழ்வாரின்

செயலைக் குற்றமெனக் கொள்ளாமல் உகந்ததாகவும் உயர்ந்ததாகவுமே கொண்டனர் பெரியோர்.

இளையவர் வணக்கமும் பெரியவர் வாழ்த்துக் கூறுதலுமன்றோ உலகியல் மரபு? இறைவனைத் தம்மால் காக்கப்படுபவனாகக் கருதி, தம்மைப் பெரியவராகவும் அவனைச் சிறியவனாகவும் மயங்கி அவனுக்கு மங்களத்தை விரும்பி வாழ்த்துக்கூறியதால் இவர் பெரியவர் - பெருமையுடையவர் என்னும் பொருளில் பெரியாழ்வார் ஆனார். ஸ்ரீ ராமாயணத்தில் 'சீதை இராவணனால் கவர்ந்து செல்லப் பட்டாள்' என்று கேட்டதுமே இராமன் உயிர் பிரிந்துவிடும் என்று கருதிய ஜடாயு' அப்படி நடந்து விடக்கூடாது' என்று அஞ்சி, 'ஆயுஷ்யந்' (வாழ்க பல்லாண்டு) என்று இராமபிரானுக்கு வாழ்த்துக் கூறினார். ஜடாயுவின் இம்மங்களாசாசனம் இராமனின் உயிர்காத்த காரணங்களுள் மிக முக்கியமானது என்பது வைணவப் பெரியோர்களின் நிர்ணயம். இங்ஙனம் எம்பெருமானுக்கு மங்களாசாசனம் செய்தமையால்தான் ஜடாயுவைப் 'பெரிய உடையார்' என வைணவ சம்பிரதாயத்தில் குறித்தனர். இது பெரியாழ்வார் என்னும் பெயர்க் காரணத்தோடு ஒப்பிடத்தகும்.

அன்றியும் ஆழ்வார்கள் அனைவரும் மங்களாசாசனத்தில் ஊற்றம் உடையவர்களே. என்றாலும் இவரளவுக்குப் பொங்கிய ஆர்வம் மற்றையோரிடம் இல்லை. ஏனைய ஆழ்வார்களை ஒரு தட்டிலும் இவரை மற்றொரு தட்டிலும் வைக்கலாம்படி இவரது அன்பு மிகுந்திருந்தது. இங்ஙனம் இறைவன் திறத்துப் பொங்கிப் பெருகிய பரிவினால் மற்றுள்ள ஆழ்வார்களை விட மிக்க பெருமையுடையவர் என்னும் பொருளில் இவர் பெரியாழ்வார் எனப் பட்டார். இக்காரணம் பற்றியே மணவாளமாமுனிகள் உபதேசரத்தின மாலையில்,

"மங்களா சாசனத்தில் மற்றுள்ள ஆழ்வார்கள்
தங்கள்ஆர் வத்தளவு தானன்றிப் பொங்கும்
பரிவாலே வில்லிபுத்தூர்ப் பட்டர் பிரான பெற்றான்
பெரியாழ்வார் என்னும் பெயர்"

என்று பாடியுள்ளார்.

பொங்கும் பரிவாவது மேனமேலும் பெருகி வருகின்ற அன்பு; அதாவது எம்பெருமானிடத்துக் கரைபுரண்ட காதல். இதனையே, 'சோராத காதற் பெருஞ்சுழிப்பு' என்று குறிப்பிடுகிறார் திருவரங்கத்தமுதனார். இதனால் விஷ்ணுசித்தர் என்னும் இயற்பெயர் கொண்டிருந்தவரைப் பெரியாழ்வார் என்று ஆக்கிய பிரபந்தம் திருப்பல்லாண்டே என்று அறியலாம். மேலும் சிறந்த படைப்பிலக்கியம்

படைப்பாளிக்குப் பெருமை சேர்ப்பதையும் உணரலாம்.

திருப்பல்லாண்டு அமைப்பு

பெரியாழ்வாரின் திருப்பல்லாண்டு பன்னிரண்டு பாசுரங்களைக் கொண்டதாகும். முதற்பாசுரம் இரண்டு அடிகள் மட்டுமே கொண்டது. எனினும் அதை ஒரு பாசுரமாகவே கணக்கிட்டுள்ளனர். ஏனைய 11 பாசுரங்களும் நான்கு அடிகள் கொண்டவை. முதறப்பாசுரம் குறள் வெண் செந்துறை என்னும் யாப்பிலும் ஏனைய பாசுரங்கள் அறுசீர் ஆசிரியவிருத்த யாப்பிலும் பாடப்பட்டுள்ளன.

இப்பிரபந்தம் 'பல்லாண்டு' எனத் தொடங்கி, 'ஏத்துவர் பல்லாண்டே' என முடிகின்றது. பல்லாண்டு கூறுதல் என்னும் உள்ளடக்கத்திற்கு ஏற்ப ஆழ்வார் பல்லாண்டு என்னும் சொல்லைப் பாசுரந்தோறும் தவறாது பயன்படுத்தியிருக்கிறார்.

ஆயினும் இவரது பாடல்கள் சேந்தனாரின் திருப்பல்லாண்டு போலப் 'பல்லாண்டு கூறுதுமே' என ஒரேவகையான மகுடம் கொள்ளவில்லை. 'பல்லாண்டு கூறுதுமே,' 'பல்லாண்டு கூறுமினே,' 'பல்லாண்டு கூறுவனே' எனப் பல முடிவுபெறுகின்றன. ஆழ்வார், தம்மோடு அடியார் பலரையும் கூட்டிக்கொண்டு பல்லாண்டு பாடியதே இதற்குக் காரணம் ஆகும்.

அவ்வடியார்கள் மூவகையினர் என்று அறிகிறோம். அவர்கள் பகவச்சரணார்த்திகள் (எம்பெருமான் திருவடிவாரத்தில் இருந்து என்றும் தொண்டு செய்ய விரும்புவோர்) கைவல்யார்த்திகள் (கைவல்யத்தை விரும்புவோர்; கைவல்யமாவது ஜீவன் தன்னைத்தானே அனுபவித்து நிற்கும் நிலை) ஐஸ்வர்யார்த்திகள் (செல்வம் முதலிய வற்றை வேண்டுவோர்) எனப்படுவர். இவர்களை அழைத்துத் தம்முடன் சேர்த்துக்கொண்டே ஆழ்வார் இறைவனுக்குப் பல்லாண்டு பாடுவதாகக் கூறுகிறார் பேருரையாளர் பெரியவாச்சான்பிள்ளை.

பன்னிரண்டு பாசுரங்களிலும் ஆழ்வார் கூறும் கருத்துகளைப் பின்வருமாறு வரிசைப்படுத்தலாம்.

1. 'பல்லாண்டு' - எனத்தொடங்கும் முதற் பாசுரத்தில் எம்பெருமானு டைய திருவடிகளுக்குப் பல்லாண்டு பாடுகின்றார்.
2. 'அடியோமோடும்' இவ்விரண்டாம் பாசுரத்தில் உபயவிபூதி (லீலாவிபூதி, நித்யவிபூதி) யோகத்தையும் தியானித்து மங்களா சாசனம் செய்கின்றார்.
3. 'வாழாட்பட்டு' - இம்மூன்றாம் பாசுரத்தில் தாம் மட்டும் மங்களா சாசனம் செய்வதில் நிறைவடையாமல் பகவச்

சரணார்த்திகளை நோக்கி அவர்களையும் இறைவனுக்குப் பல்லாண்டு பாட வருமாறு அழைக்கின்றார்.

4. 'ஏடுநிலத்தில்' - இந்நான்காம் பாசுரத்தில் கைவல்ய இன்பத்தை நாடும் மனமுடையவர்களைப் பல்லாண்டு பாட அழைக்கின்றார்.

5. 'அண்டக்குலத்துக்கு' - இவ்வைந்தாம் பாசுரத்தில் உலகியலுக்கு வேண்டிய செலவங்களை விரும்புவோரை அழைக்கின்றார்.

6. 'எந்தைதந்தை' - இவ்வாறாம் பாசுரத்தில், 'வாழாட்பட்டு' என்னும் மூன்றாம் பாசுரத்தில் அழைக்கப்பட்ட இறையடிகார்கள் தங்களுடைய சொரூபம் முதலியவற்றைச் சொல்லிக்கொண்டுவந்து தம்மோடு (ஆழ்வாரோடு) கூடியதை அருளிச்செய்கின்றார்.

7. 'தீயிற்பொலிகின்ற' -இவ்வேழாம் பாசுரத்தில், 'ஏடுநிலத்தில்' என்னும் நான்காம் பாசுரத்தில் அழைக்கப்பட்ட கைவல்யார்த்திகள் தம்மோடு வந்து கூடிய வகையினைப் பேசுகின்றார்.

8. 'நெய்யிடை' -இவ்வெட்டாம் பாசுரத்தில், 'அண்டக்குலத்துக்கு' என்னும் ஐந்தாம் பாசுரத்தில் அழைக்கப்பட்ட செல்வத்தை விரும்புவோரின் வருகையை அருளிச் செய்கின்றார்.

9. 'உடுத்துக் களைந்த' - இவ்வொன்பதாம் பாசுரத்தில் பகவச் சரணார்த்திகள் (மூன்றாம் பாட்டிலும் ஆறாம் பாட்டிலும் சொல்லப்பட்டவர்கள்) இறைவனுக்குப் பல்லாண்டு பாடுவதை அருளிச் செய்கின்றார்.

10. 'எந்நாள்' - இப்பத்தாம் பாசுரத்தில் கைவல்யத்தை விரும்பு வோர்கள் (நான்காம் பாட்டிலும் ஏழாம் பாட்டிலும் சொல்லப் பட்டவர்கள்) இறைவனை நோக்கி மங்களாசாசனம் செய்வதை எடுத்துரைக்கின்றார்.

11. 'அல்வழக்கு' -இப்பதினொராம் பாசுரத்தில் ஐசுவரியத்தை விரும்புவோர் (5ஆம் பாட்டிலும் 8ஆம் பாட்டிலும் சொல்லப் பட்டவர்கள்) சார்பில் ஒருவன் பல்லாண்டு பாடுவதாக அருளிச் செய்கின்றார்.

12. 'பல்லாண்டு என்று' -இப்பன்னிரண்டாம் பாசுரத்தில் இப் பிரபந்தம் கற்றார்க்குப் பலன் கூறுகின்றார்.

இப்பன்னிரண்டு பாசுரங்களிலும் முதலாவதாக உள்ள,

"பல்லாண்டு பல்லாண்டு பல்லாயிரத்தாண்டு, பலகோடி
நூறாயிரம்,
மல்லாண்ட திண்தோள் மணிவண்ணா! உன் சேவடி செவ்வி
திருக்காப்பு"

என்னும் பாசுரம் நாயகக்கல் போலே இருக்கிறது என்று சிறப்பித்துக் கூறுவர். 'உன் சேவடி செவ்வி திருக்காப்பு' - என்று திருவடிக்கு மட்டும் பல்லாண்டு பாடியிருப்பினும் திருமேனி முழுமைக்கும் பல்லாண்டு பாடியதாகும் என்பர். பக்தனுக்கு இறைவனுடைய திருவடியே உகப்பானது அன்றோ?

'பல்லாண்டு' என்று ஒருமுறை சொன்னால் போதாதா? 'பல்லாண்டு பல்லாண்டு' என்று பலமுறை சொல்ல வேண்டிய அவசியம் என்ன? அறியாதவனுக்குப் பலமுறை சொல்லுவது நியாயம். எல்லாமறிந்த இறைவனுக்கு இரண்டாவது முறையும் அதற்கு மேலும் அடுக்கிச்சொல்ல வேண்டுமா? பிறகு ஏன் சொல்லுகிறார்? எம்பெருமானுடைய எல்லாமறியும் இயல்பினில் யாதொரு குறையும் இல்லை. தாகமெடுத்தவன் தண்ணீர் பருகுமளவும் தண்ணீர் தண்ணீர் என்று தவிப்பது போலே ஆழ்வார் தம் அச்சம்தீரும் அளவும் 'பல்லாண்டு பல்லாண்டு' என்கிறார். இவ்வாறு ஆழ்வாரின் செயலுக்கு நியாயம் கற்பிக்கிறார் வியாக்கியானச் சக்கரவர்த்தி பெரியவாச்சான்பிள்ளை. இடைவிடாது மங்களாசாசனம் செய்தும் அச்சம் காரணமாக ஆழ்வாருக்கு மனநிறைவு ஏற்படவில்லை என்பதையே இது காட்டுகிறது.

ஆழ்வாரின் அச்சத்தைப் போக்க நினைத்த எம்பெருமான் கிருஷ்ணாவதாரத்தில் சாணூரன் முதலான மல்லர்களை அழித்த தனது தோள்வலியை அவருக்குக் காட்டினானாம் அச்சம் தீர்வதற் காகச் செய்த இச்செயலே அவருடைய அச்சம் மேலும் அதிகரிப்பதற்குக் காரணமாயிற்றாம். 'அந்த மல்லாண்ட தோள்களுக்கு என்ன தீங்குவருமோ?' என்று பயந்து ஆழ்வார் மேன்மேலும் பல்லாண்டு கூறினாராம். அது, எதைப்போல என்று ஓர் உவமை சொல்லி விளக்கு கிறார் உரையாசிரியர். சூரனான மகனைக் கண்டு அவனைப் பெற்ற தாய், 'இவன் தன் வலிமை ஒன்றையே கருதி எதிரியை மதியாமல் யுத்தத்துக்குப் போக அதனால் அவனுக்கு என்ன தீங்குவருமோ?" என்று அஞ்சுவாள் அல்லவா? அதைப்போன்றதுதான் ஆழ்வாரின் செயலும் என்கிறார்.

இவ்வாறு திருப்பல்லாண்டுப் பாசுரத்தில் ஆழ்ந்திருக்கும் கவியுள்ளத்தையும் பாவத்தையும் உரையாசிரியர்கள் எடுத்துக் காட்டி யுள்ளனர்.

இப்பிரபந்தத்தில் ஆழ்வார் பகவானுக்கு மட்டும் பல்லாண்டு பாடவில்லை. 'அகலகில்லேன்' என்று அவனைப் பற்றியவர்களுக்கும் பல்லாண்டு பாடுகின்றார். சர்வேசுரனுக்குக் காப்பிடும்போது அவனுக்குக் காப்பிடும் பெரிய பிராட்டியார்க்கும் சுடராழி, பாஞ்ச சன்னியம் இவற்றுக்கும் மங்களா சாசனம் செய்கிறார். இரண்டாம் பாசுரத்தால் இதையறியலாம்.

"அடியோ மோடும் நின் னோடும் பிரிவின்றி
ஆயிரம் பல்லாண்டு;
வடிவாய் நின்வல மார்பினில் வாழ்கின்ற
மங்கையும் பல்லாண்டு;
வடிவார் சோதிவ லத்துறை யும்சுடர்
ஆழியும் பல்லாண்டு;
படைபோர் புக்கு முழங்கும் அப்பாஞ்ச
சன்னியமும் பல்லாண்டே"

'அடிமைத்தொண்டர்களான எங்களுக்கும் எங்களை ஆள்கின்றவனான உனக்கும் பிரிவு ஏற்படாதபடி இந்த உறவு என்றென்றும் மங்களமாக வாழவேண்டும். உன் மேன்மைக்கு அடையாளமாய் உன் திருமார்பின் வலப்பக்கத்தில் பொருந்தி வாழ்கின்ற பெரிய பிராட்டியாரும் உனக்கு மங்களத்தையுண்டாக்கப் பல்லாண்டு காலம் வாழவேண்டும். உன் திருமேனியைத் தன் சோதியால் விளங்கச் செய்கின்றவனும் உன்வலத்திருக்கையில் மகிழ்ந்து தங்கியிருந்து பகைவர்களை எரித்து அழிக்கின்றவனுமான திருவாழியாழ்வானும் பல்லாண்டு வாழவேண்டும். சேனைகள் போரிடும் களத்திலே புகுந்து எதிரிகள் கலங்கும்படி முழங்குகின்ற அந்த அழகிய பாஞ்ச சன்னியம் என்கிற திருச்சங்கு ஆழ்வானும் உன்னைக் காப்பதற்காகப் பல்லாண்டு காலம் வாழவேண்டும்' என்பது இதன் பொருளாகும்.

இங்குக் குறிக்கப்படும் பிராட்டி முதலானோர் - பயத்தைப் போக்கக் கூடியவர்களே. ஆழ்வார் இப்பாசுரத்தில் அவர்களுக்கும் சேர்த்தே பல்லாண்டு பாடுகின்றார். திருமார்பில் உறையும் பிராட்டியின் அருள் நோக்கால் பயம் நீங்கும். திருவாழி, சங்கு இவற்றாலும் பயம் நீங்கும். ஆழ்வாரோ, 'இவர்களுக்கெல்லாம் என்னவருமோ? பகவானைக் காக்கமுடியுமோ?' என்று பயந்து பல்லாண்டு பாடுகின்றார் என்பர் பிள்ளைலோகாசார்யர். பொங்கும் பரிவால் நேர்ந்த விளைவு இது.

இப்பாசுரத்தில் உள்ள 'அடியோமோடும்' என்பது லீலாவிபூதி யோகத்தையும், 'மங்கை,' 'ஆழி,' 'பாஞ்சசன்யம்' என்பன நித்தியவிபூதி யோகத்தையும் காட்டுகின்றன. எனவே இதில் உபய விபூதியோடு கூடியிருக்கும் இறைவனுடைய நிலைக்கே ஆழ்வார் பல்லாண்டு பாடுகின்றார் என்பர்.

முதலிரண்டு பாசுரங்களாலும் 'ஓம் நமோநாராயணாய' என்னும் திருமந்திரத்தின் பொருளே விளக்கப்பட்டதாகவும் கூறுவர்.

இவ்விரண்டு பாசுரங்களிலும் தாம் மட்டும் தனியேநின்று பல்லாண்டு பாடியதில் ஆழ்வாருக்கு மனநிறைவு ஏற்படவில்லை. உலகத்தவர் எல்லாரும் தம்மைப்போலவே பல்லாண்டு பாடவேண்டும் என்று விரும்பினார். இனிய பொருளைத் தனியே நுகர்வது தகாது

அன்றோ? அன்றியும் அடியார்களுடன் கூடியிருந்து குளிர்தலே வைணவர் கடைப்பிடிக்கும் நெறியாகும். எனவே மற்றவரையும் தம்மோடு கூட்டிக்கொள்ள மனங்கொண்டு நாம் முன்னர்க்குறித்த பகவச் சரணார்த்திகள் முதலான மூவகைக்குழுவினரையும் பல்லாண்டு பாடவருமாறு அழைக்கின்றார். மேல்வரும் ஒன்பது பாசுரங்களும் இவ்வகைப் போக்கில் அமைந்தவையே.

இனி, இத்திருப்பல்லாண்டின் தனிச்சிறப்பினையும் இதனால் அறியலாகும் மேலான பொருள்கள் சிலவற்றையும் இங்குச் சுருக்கமாகக் காண்போம்.

ஸ்ரீவைஷ்ணவ சித்தாந்தம் உலகெங்கும் பரவுவதற்குப் பல குழுவினரையும் ஆழ்வார் திருத்திப் பணிகொண்டார் என்பர். மங்களாசாசனத்திற்கு ஆள்தேடிப் பிரதிகூலரை (பிரதிகூலர் - இங்குக் கைவல்யத்தை நுகர்வோரும் செல்வத்தை விரும்புவோரும்) அநுகூலராக்குவதற்கு உபதேசம் செய்வது என்பது திருப்பல்லாண்டு என்னும் பிரபந்தத்தில் மட்டுமே காணப்படுகின்றது. இக்கருத்தினை மணவாள மாமுனிகள், பிள்ளைலோகாசார்யர் போன்றோர் எடுத்துக் காட்டியுள்ளனர்.

முன்பே கழிந்துபோன செயல்களுக்காகப் பல்லாண்டு பாடுவதையும் இப்பிரபந்தத்தில் பார்க்கிறோம். இலங்கை பாழாளாகப் படை பொருதது; அரியுருவாகி இரணியனை அழித்தது; கிருஷ்ணாவதாரத்தில் மல்லர்களோடு பொருதது; வாணனின் ஆயிரம் தோளும் துணிய ஆழி சுழற்றியது; ஐந்தலை நாகத்தின் மேற்பாய்ந்தது ஆகியவை முன்பே கழிந்துபோன காலங்களில் நடந்துமுடிந்த செயல்கள் அல்லவா? முன்நிகழ்ந்தவற்றை நினைந்து 'ஐயோ, இப்படி நேர்ந்ததே' என்று துன்புறுகிறார் ஆழ்வார். சமகாலத்திற் போலவே வயிறு பிடித்து மங்களாசாசனம் செய்கிறார். வெள்ளம் போனபின்பு அணைகட்டுவது போன்ற செயலன்றோ இது?

இவ்விடத்தில் வைணவ உரையாசிரியர்கள் காட்டும் சுவையான ஐதிகம் ஒன்று சுட்டிக்காட்டத்தக்கது.

பொதுவாக இராமாவதாரத்தைக் காட்டிலும் கிருஷ்ணாவதாரத்திலேயே அதிகம் ஈடுபட்டு ஆழ்வார்கள் மங்களாசாசனம் செய்கின்றனர். பெரியாழ்வாரின் திருப்பல்லாண்டிலும் இந்த நிலையையே காண்கிறோம். 'மல்லாண்ட திண்தோள் மணிவண்ணா! உன் சேவடி செவ்வி திருக்காப்பு' என்றும், 'வாணனை ஆயிரம் தோளும் பொழிகுருதி பாயச்சுழற்றிய ஆழிவல்லானுக்குப் பல்லாண்டு கூறுதுமே' என்றும், 'ஐந்தலைய பைந்நாகத்தலைப் பாய்ந்தவனே! உன்னைப் பல்லாண்டு கூறுதுமே' என்றும் மூன்று இடங்களில் கிருஷண சரிதநிகழ்ச்சிகளை நினைந்தே பரிவுகொண்டு பல்லாண்டு பாடுகிறார் பெரியாழ்வார். ஆனால் இராமாவதாரத்தைக் குறித்து ஒரே ஒருமுறை மட்டும் 'இராக்கதர் வாழ் இலங்கை பாழாளாகப்

படை பொருதானுக்குப் பல்லாண்டு கூறுதுமே' என்கிறார். 'இதற்குக் காரணம் என்ன?" என்று ஒருமுறை நஞ்சீயர்பட்டரைக் கேட்டாராம்.

அதற்குப் பட்டர் கூறிய பதில் வருமாறு:

இராமாவதாரத்தில் பிள்ளைகள் நால்வரும் அரக்கர் குலத்தை அடக்கவல்ல மிடுக்கோடு நற்குணமும் பொருந்தியவர்கள். அவர்களின் தந்தையோ இந்திரனுக்கு எதிரியான சம்பராசுரனையே கொன்ற பெருவீரன். அமைச்சர்களோ அளவற்ற ஞானம் பொருந்திய வசிட்டர் முதலான பெருமக்கள்; ஊரோ பகைவர் எவரும் புக முடியாத திருவயோத்தி; இராமன் பிறந்து வாழ்ந்த காலமோ மிக நல்ல காலமான திரேதாயுகம். இப்படி அனைத்துமே பாதுகாப்பாக அமைந்தமையால் அவ்வவதாரத்தைக் குறித்து அச்சம் கொள்வதற்கு எதுவும் இல்லை. ஆனால் கிருஷ்ணாவதாரத்திலோ முற்றிலும் வேறான நிலைமை. அவன் பிறந்த இடமோ கம்சனுடைய சிறைக் கூடம்; கம்சனோ கிருஷ்ணனைக் கொல்வதற்காகக் காலம் பார்த்து அசுரர்களை ஏவிவிடும் கொடியவன். தகப்பனோ சாது இடையன்; ஊரோ இடைச்சேரி; கிருஷ்ணனோ தமையன் ஒருகணம் பிரிந்தால் பாம்பின் வாயில் விழும் தீம்பன். அவன் பிறந்ததோ கலியுகத்திற்குத் தோள் தீண்டியான (நெருங்கியதான) துவாபரயுகத்தின் இறுதி. ஆதலின், 'அவனுக்கு என்ன தீங்கு வருமோ?' என்று கருதிப் பல்லாண்டு கூறிக் காப்பிடுவதைத் தவிர வேறு வழியில்லை - என்றாராம்.

பட்டருக்கும் நஞ்சீயருக்கும் நடந்த இவ்வுரையாடல் பற்றிப் பெரியவாச்சான்பிள்ளை அவரது திருப்பல்லாண்டு வியாக்கியானத்தில் குறிப்பிட்டுள்ளார்.

திருமொழியிலும் 'திருப்பல்லாண்டு'

மங்களாசாசனம் செய்வதே ஆழ்வாருக்குத் தொழிலாக இருப்பதை அவரது 'திருப்பல்லாண்டில்' மட்டுமன்றிப் 'பெரியாழ்வார் திருமொழி' என்னும் பிரபந்தத்திலும் காணலாம், பெரியாழ்வார் திருமொழியில் உள்ள பாசுரங்கள் அனைத்துமே மங்களாசாசனத்தில் நோக்குடையவை என்பது பெரியோர் முடிபு.

அசோதை ஒருநாள் திருவாய்பாடியில் உள்ள பெண்களை அழைத்து அவர்களைக்கொண்டு கண்ணனுக்குப் பல்லாண்டு கூறி மங்கலப்பாட்டுக்களைப் பாடும்படி செய்தாளாம். இதனை அசோதை பாவனையிற்பாடும் பெரியாழ்வார்.

"பண்ணோர் மொழியாரைக் கூவி முளையட்டிப்
பல்லாண்டு கூறுவித்தேன்" (3-3-9)

என்கிறார்.

ஒருசமயம் கண்ணன் தன் தாயின் பின்புறமாக வந்து அவளைக் கட்டிக்கொள்கின்றான். இதனைக்கண்ட தேவரும் இவ்வுலகினரும் அவனுக்குப் பல்லாண்டு பாடினாராம்.

"பண்பலபாடிப் பல்லாண்டிசைப்ப, பண்டு
மண்பல கொண்டான்புறம்புல்குவான்" (1-9-5)

என்று இதனைக் காட்சிப்படுத்துகிறார் பெரியாழ்வார்.

"வாய்த்த மறையோர் வணங்க இமையவர் ஏத்த" (1-9-8)
"எண்டிசை யோரும் இறைஞ்சித் தொழுதேத்த" (2-10-2)

எனவரும் இடங்களிலும் கண்ணனுக்குச் செய்த மங்களாசாசனம் பற்றியே ஆழ்வார் பேசுகிறார். இரண்டாம் பத்து எட்டாந்திருமொழி முழுவதும் காப்பிடும் பொருட்டுக் கண்ணனை அசோதை அழைப்ப தாகவே அமைந்துள்ளது. இங்குக் 'காப்பிடவாராய்' என ஆழ்வார் பன்முறையும் அழைப்பது 'பல்லாண்டு பல்லாண்டு' என்னும் பொருள் பொதியக்கூறிய வாழ்த்து மொழியே ஆகும். நான்காம்பத்தில் திருமாலிருஞ் சோலைமலையில் அடியவர் கூறும்பல்லாண்டு ஒலி எங்கும் பரந்து ஒலிப்பதாகப் பாடுகிறார். ஐந்தாம்பத்தில் (5-3-3) திருமாலிருஞ்சோலைவாழ் குறவர்கள் இறைவனது பொன்னடிக்கு வாழ்த்துக்கூறுவதை விவரிக்கிறார். பிறிதொரு பாசுரத்தில் 'உறகல் உறகல்' (5-2-9) என்று நித்யசூரிகளை உறங்காமல் பகவானைக் காக்கும் படியும் எச்சரிக்கை செய்கிறார்.

"உறகல் உறகல் உறகல்
ஒண்சுடர் ஆழியே! சங்கே!
அறஎறி நாந்தக வாளே!
அழகிய சார்ங்கமே! தண்டே!
இறவுபடாமல் இருநத
எண்மர் உலோக பாலீர்காள்!
பறவை அரையா! உறகல்
பள்ளியறை குறிக்கொண்மின்"

(உறகல் - உறங்காதீர்)

இப்பாசுரத்தில் எம்பெருமானுக்குக் காவல் தேடுவதில் அவருக்குள்ள பதற்றத்தைப் பாருங்கள்! இறைவனுடைய திவ்வியாயுதங் களையும் அட்டதிக்குப் பாலகர்களையும், வாகனமாகிய கருடனை யும் விளித்து நீங்கள் எல்லோருமாகச் சேர்ந்து, உறங்காமல் கண் விழித்துக் கொண்டிருந்து எம்பெருமானுடைய படுக்கையிடத்தை நோக்கிக்கொண்டிருங்கள் என்கிறார். 'கண்மூடாமல் இருந்து மங்களாசாசனம் செய்யுங்கள்' என்று பலமுறையும் சொல்லுவதால் மங்களாசாசனம் செய்வது ஒன்றே பெரியாழ்வாருக்குப் போது போக்காய் இருக்கும் என்பர். மங்களாசாசனத்தில் மற்றுள்ள ஆழ்வார் களைக் காட்டிலும் பெரியாழ்வாருக்குள்ள ஏற்றத்தைப் பின்வருமாறு

விளக்கிக் கூறுவார் பிள்ளைலோகாசார்யர்.

'ஆழ்வார்கள் எல்லாரையும் போல் அல்லர் பெரியாழ்வார்'

'அவர்களுக்கு இது (மங்களாசாசனம் செய்வது) காதாசித்கம் (ஒரு காலத்தில் உண்டாவது). இவர்க்கு இது நித்யம்' (எப்பொழுதும் இருப்பத) என்பது அவர் கூற்று. (ஸ்ரீவசனபூஷணம் 254;255).

திருப்பல்லாண்டு என்னும் பிரபந்தத்தில் மட்டுமன்றிப் பெரியாழ்வார் திருமொழியிலும் பல்லாண்டு ஒலியே எங்கும் பரந்து ஒலிப்பதால் அவர் இங்ஙனம் கூறினார்.

இப்படி இரண்டு பிரபந்தங்களிலுமே இறைவனுக்குப் பல்லாண்டு பாடுகிற ஆழ்வார் திருப்பல்லாண்டின் இறுதிப்பாசுரத்தில் அப் பிரபந்தம் கற்றார்க்குக் கிட்டும் பலன்பற்றிக் கூறுவததையும் மறவாமல் சுட்டவேண்டும்.

'வில்லிபுத்தூர் விட்டுசித்தன் விரும்பிச்சொன்ன' இப்பல்லாண் டைப் பாடுவோர்க்குக் கிடைக்கும் பலன்தான் என்ன? அவர்கள் பரமபதத்திற்குப் போல் பரமாத்மாவான நாராயணனைச் சூழ்ந்திருந்து 'நமோநாராயணாய' என்னும் திருமந்திரத்தைக் கூறிப் பல்லாண்டு பாடுவார்கள் என்கிறார். 'இப்பல்லாண்டால் எய்தும் பயனும் பரமபதத்தில் பல்லாண்டு பாடுவதே' எனக்கூறி முடிக்கும் அழகு கற்போர் மனத்தைப் பிணிப்பதாகும். 'பல்லாண்டு பல்லாண்டு' என்பதன்றி வேறு நினைவும் சொல்லும் செயலும் இல்லாதவர் ஆழ்வார் என்பதை உணர்த்தும இடம் இது.

பல்லாண்டுக் கோட்பாடு விரிவுபெறல்

ஏனைய ஆழ்வார்கள் பெரியாழ்வார் போலத் திருப்பல்லாண்டு என்னும் இலக்கியம் எதுவும் பாடவில்லை. ஆயினும் அவர்தம் பாசுரங்களிலும் இப்பல்லாண்டுப் பண்பினைக்கண்டு கூறுவதுண்டு. 'வீற்றிருந்தேழுலகும்' என்னும் திருவாய்மொழியில் (4-5) நம்மாழ்வார், 'பகவானுடைய நிறைவிற்கு மங்களாசாசனம் செய்த'தாகக் கூறுவர். அவருடைய 'அங்கும் இங்கும்' என்னும் திருவாய்மொழியையும் (8-3) நம்மாழ்வாருடைய திருப்பல்லாண்டு எனக் குறிப்பிடுவர் உரைகாரர்.

இறைவனுக்குப் பல்லாண்டு பாடுதல் என்னும் வழக்கு ஆண்டாளிடம் மிகுதியாகக் காணப்படுகின்றது. அவரது திருப்பாவை 10, 21, 24, 26ஆம் பாசுரங்களில் இப்பல்லாண்டு பற்றிய செய்திகளைக் காணலாம். அவற்றுள்ளும் முதல் மூன்று பாசுரங்களில், 'போற்ற' 'போற்றி' என்னும் சொற்களே இடம்பெறுகின்றன. இவற்றுக்கு உரை கூறுகையில், 'போற்றுகை யாவது திருப்பல்லாண்டு பாடுகை' என உரைகாரர் விளக்குவர். 'அன்றிவ்வுலகம் அளந்தாய் அடிபோற்றி' என்னும் 24ஆம் பாசுரத்தைப் பல்லாண்டுப் பாசுரமாகவே கொள்வர். இதனைப் பெரியாழ்வாரின் திருப்பல்லாண்டுப் பிரபந்தத்துடன்

தொடர்புடுத்திக் காட்டுவர். இறைவனுக்குப் பல்லாண்டு பாடியவரின் திருமகளாராதலால் ஆண்டாளுக்குப் பல்லாண்டு பாடும் செய்கை குடிப்பிறப்பால் வாய்த்தது என்றும் சிறப்பித்துக் கூறுவர்.

வைணவ மரபில் இறைவனுக்கு ஒப்பான ஏற்றம் இறையடியார்க்கும் உண்டு. எனவே இறையடியார்க்குப் பல்லாண்டு பாடும் மரபும் அங்கே இடம்பெறுகின்றது. 'பொலிக பொலிக' எனத் தொடங்கும் திருவாய்மொழிப்பதிகம் (5-2) இறையடியார்க்குப் பாடிய பல்லாண்டாகக் கருதப்படுகின்றது. 'இத்திருவாய்மொழியிலே பாகவதர்களுடைய கூட்டத்திற்கு மங்களாசாசனம் செய்கிறார்' என்று நஞ்சீயர் கூறுவதால் இதை உணரலாம்.

ஆழ்வார்களிடத்துப் பல்லாண்டு கூறும் பண்பு மிகுந்திருத்தல் பற்றி, திவ்வியப்பிரபந்தம் முழுவதையும் 'மங்களாசாசனப் பிரபந்தம்' எனக்கூறும் வழக்கும் உண்டு. இங்ஙனம் பல்லாண்டு பற்றிய கோட்பாடு வைணவர்களிடம் விரிவு பெற்றதற்குப் பெரியாழ்வார் பாடிய திருப்பல்லாண்டுப் பிரபந்தமே அடைப்படையாகும்.

ஒப்பற்ற பெருமையும் சீர்மையும்

இப்பிரபந்தமோ அளவிற் சிறியது. எனினும் பக்தியுடன் பயில்வார்க்குத் தொட்டணைத்தூறும் மணற்கேணிபோல இது சுரக்கும் பொருள் நலன்கள் பலவாகும். ஏனைய திவ்வியப்பிரபந்தங்களிற் சொல்லப்பட்டுள்ள வேதாந்த சாரமே இத்திருப்பல்லாண்டில் சுருக்கமாகவும் அழகாகவும் சொல்லப்பட்டிருக்கிறது என்றும் திருமந்திரத்தின் பொருளும் அர்த்த பஞ்சகமும் இப்பிரபந்தத்தில் நன்கு விளக்கப்பட்டுள்ளன என்றும் தொடக்க முதல் முடிவுவரை 'பல்லாண்டு பல்லாண்டு' என்று மங்களமே முழங்குகின்றது என்றும் இதன் பெருஞ் சிறப்புக்களைப் பெரியோர் எடுத்துக்காட்டி விளக்கியுள்ளார்.

எனவே இப்பிரபந்தத்தின் ஒப்பற்ற பெருமையையும் இதைச் செய்தவரின் ஒப்பற்ற சீர்மையையும் மணவாளமாமுனிகள் உபதேசத்தினமாலையில் பாராட்டிக் கூறியுள்ளார். அப்பாராட்டு மொழிகளுடன் இவ்வியலை நாம் நிறைவு செய்வோம்.

"உண்டோ திருபபல்லாண்டுக்கு ஒப்பதோர் கலைதான்?

உண்டோ பெரியாழ்வார்க்கு ஒப்பு ஒருவர்?"

4. பெரியாழ்வார் திருமொழி

ஆக்கியோரான பெரியாழ்வார் பெயரை முன்னிட்டு அவரது பிரபந்தம் ஒன்றுக்குப் 'பெரியாழ்வார் திருமொழி' என்றே பெயர் வழங்குகின்றது. திவ்வியப்பிரபந்தத்தில் உள்ள நாச்சியார் திருமொழி, பெருமாள் திருமொழி ஆகியனவும் இவ்வாறு பெயர்பெற்ற நூல்களே ஆகும். 'திருமொழியாய் நின்ற திருமாலே' (இரண்டாம் திருவந்தாதி 64) என இறைவனைப் பாடுகிறார் பூதத்தாழ்வார். 'திருமொழி' என்பதற்கு வேதம் எனப்பொருள் கூறுவர். திருமொழியாய் நின்ற வனையே ஆழ்வார் தம் நூலுக்குப் பொருளாகக் கொண்டமையின் அவர் நூலும் திருமொழி எனச் சிறப்புற்றது.

பெரியாழ்வார் திருமொழியில் 10 அல்லது 11 பாசுரங்கள் கொண்ட 43 பதிகங்கள் உள்ளன. பதிகம் ஒவ்வொன்றும் வைணவ மரபுப்படி 'திருமொழி' எனப் பெயர்பெறும். பத்துத் திருமொழிகள் கொண்ட ஒரு தொகுதி 'பத்து' எனக் குறிக்கப்பெறும். இதன்படி பெரியாழ்வார் திருமொழியில் உள்ள பத்துகள் ஐந்தாகும். ஐந்தாம் பத்து நிறைவுபெறவில்லை; நான்கு திருமொழிகளுடன் முடிவடைகின்றது. இவ்வைந்து பத்துகளிலும் உள்ள பாசுரங்களின் மொத்த எண்ணிக்கை 461 ஆகும்.

முதற்பத்தில் உள்ளவை ஒன்பது திருமொழிகள் (பதிகங்கள்) மட்டுமே. 'சீதக்கடலுள்' எனத்தொடங்கும் இதன் இரண்டாம் திருமொழி பதிகத்திற்குரிய எல்லையைக் கடந்து 21 பாசுரங்களைக் கொண்டிருபபது குறிப்பிடத்தக்கது. இரண்டாம் பத்திலுள்ள மூன்றாம் திருமொழி 13 பாசுரங்கள் கொண்டுள்ளது. 'பன்னிரு திருநாமப்பாட்டு' ஆதலின் பலன்கூறும் (பலசுருதி) பாட்டையும் சேர்த்து அதன் எண்ணிக்கை பதின்மூன்று ஆயிற்று. இவ்விரண்டு திருமொழிகளையும் தவிர ஏனைய திருமொழிகள் யாவும் 10 அல்லது 11 பாசுரங்கள் கொண்டவையே. பெரியாழ்வார் திருமொழியின் புறக்கட்டமைப்புப் பற்றிப் பொதுவாகத் தெரிந்து கொள்ள வேண்டிய செய்தி இது.

இனி, இத்திருமொழிகளின் உள்ளடக்கம் பற்றிச் சுருக்கமாகக் காண்போம்.

கண்ணனின் அவதாரச் சிறப்புடன் தொடங்குகின்றது பெரியாழ்வார் திருமொழி. மூன்றாம்பத்து ஆறாந்திருமொழி முடிய - முதல் இருபத்தைந்து திருமொழிகளில் கண்ணனது பிள்ளைமைக் குணங்களிலும் இளம்பருவச் செயல்களிலும் ஆழ்வார் ஈடுபடுகின்றார்.

பெரும்பாலான திருமொழிகளில் கண்ணனின் வளர்ப்புத்தாய் அசோதையாகவே ஆழ்வார் தம்மைப் பாவித்துக்கொண்டு பேசுகின்றார்.

இப்பாவனா சக்தியினால் கண்ணனின் அவதாரம் தொடங்கி அதில் உண்டான சுவையெல்லாம் ஒன்றுவிடாமல் அனுபவிக்கின்றார்.

'வண்ணமாடங்கள்' என்னும் முதல் திருமொழி (1-1) கண்ணனின் திருவவதாரத்தையும் அதனால் ஆய்ப்பாடியில் நிகழ்ந்த கொண்டாட்டங்களையும் வருணிக்கின்றது.

'சீதக்கடலுள்' என்னும் இரண்டாம் திருமொழியில் (1-2) கண்ணனின் கமலபாதம் தொடங்கித் திருமுடி ஈறாக அவனது அழகினைப் பாதாதிகேசமாக அனுபவிக்கின்றாள் அசோதை. தன்னைப்போலவே அவனழகை அனுபவிக்க விரும்பிய ஆய்ப்பாடிப் பெண்களையும் அழைக்கின்றாள். 'பாதக்கமலங்கள் காணீரே, பவளவாயீர்! வந்து காணீரே!' எனனும் முறையில் இத்திருமொழி நடக்கின்றது.

'மாணிக்கம் கட்டி' என்னும் மூன்றாம் திருமொழியில் (1-3) அசோதை, கண்ணனைத் தொட்டிலிலிட்டுத் தாலாட்டுகிறாள்.

"மாணிக்கம்கட்டி வயிரம் இடை கட்டி
ஆணிப்பொன்னாற் செய்த வண்ணச் சிறுத்தொட்டில்
பேணி உனக்குப் பிரமன் விடுதந்தான்;
மாணிக் குறளனே! தாலேலோ!
வையம் அளந்தானே! தாலேலோ!"

(விடுதந்தான் - கொடுத்தனுப்பினான்)

என்று அவளின் தாலாட்டு - தொடங்குகின்றது.

அதன் பின்னர் 'தன்முகத்து' (1-4), 'உய்யவுலகு' (1-5), 'மாணிக்கக்கிண்கிணி' (1-6), 'தொடர் சங்கிலிகை' (1-7), 'பொன்னியல் கிண்கிணி' (1-8), 'வட்டுநடுவே' (1-9) என்னும் ஆறு திருமொழிகளிலும் முறையே கண்ணனுக்காகச் சந்திரனையழைத்தல்; கண்ணன் செஞ்கீரையாடுதல்; சப்பாணி கொட்டுதல்; தளர்நடை நடத்தல்; தானே ஓடிவந்து தாயை அணைந்து கொள்ளுதல்; தாயின் பின்புறமாக வந்து அவள் முதுகினைத் தழுவி நிற்றல் ஆகிய செயல்கள் பேசப் படுகின்றன.

இவ்வொன்பது திருமொழிகளுடன் முதற்பத்து முடிகின்றது.

இரண்டாம்பத்தின் முதல் திருமொழியான, 'மெச்சூதுசங்கம்'

(2-1) கண்ணன் அப்பூச்சிகாட்டி விளையாடுவதை விவரிக்கின்றது. இதனைத் தொடர்ந்து வரும் பதினைந்து திருமொழிகளிலும் - மூன்றாம்பத்து ஆறாந்திருமொழி முடியக் கண்ணனைத் தாய்ப்பால் உண்ண அழைத்தல், காதுகுத்துதல், நீராட்டுதல், குழல்வாரக் காக்கையை அழைத்தல், காக்கையைக் கோல் கொண்டு வாவெனல், பூச்சூட்டுதல், காப்பிடுதல், ஆய்ச்சியர்கள் கண்ணனின் செயல்கள் குறித்து அசோதையிடம் முறையிடுதல், கோபியர் கண்ணனின் தீம்புகளைச் சொல்லி, அசோதையிடம் முறையிடுதல், கோபியர் கண்ணனின் தீம்புகளைச் சொல்லி, 'உன் மகனாலே நாங்கள் இன்று முடிந்தோம்' என்று முறைப்படுதல், அசோதை தன் பிள்ளையின் மானிடத்தன்மைக்கு அப்பாற்பட்ட வியத்தகு செயல்களைக் கண்டு பால்கொடுக்க அஞ்சுதல், அதனை மறந்து மகனென்றெண்ணி அவனைக் கன்றுகளின் பின்னே போக்கியதை எண்ணி இரங்குதல், அவன் மாலையில் மீண்டுவரும் கோலங்கண்டு மகிழ்தல், கன்னியர் கண்ணனைக்கண்டு காமுறுதல், கண்ணன் கோவர்த்தன மலையைக் குடையாக எடுத்தல், கண்ணனின் குழலோசை கேட்டுக் கோபியரும் மண்ணவரும் விண்ணவரும் எல்லா உயிரினங்களும் மயங்கி நிற்றல் - ஆகியவை நூற்றுக்கு மேற்பட்ட பாசுரங்களில் மிக அழகாய் வருணிக்கப்படுகின்றன.

இம்மூன்றாம் பத்து ஆறாத் திருமொழியுடன் ஆழ்வாரின் கிருஷ்ணாநுபவம் நிறைவடைகின்றது. எனினும் மேல்வரும் இரண்டு திருமொழிகளில் இவ்வனுபவம் வேறுவகையாக வெளிப்படுகின்றது.

'ஐயபுழுதி' என்னும் ஏழாந்திருமொழி (3-7), மாயவன் மேல் மால்கொண்ட மகளின் நிலை குறித்துத் தாய் இரங்கும் பாசுரமாய் அமைந்துள்ளது.

'நல்லதோர் தாமரை' என்னும் எட்டாந்திருமொழியில் (3-8) கண்ணனோடு சென்ற மகளைக் குறித்துத் தாயானவள் வருந்து கின்றாள்.

இவ்விரு திருமொழிகளும் நற்றாய் இரங்கல், உடன்போக்கு என்னும் தமிழ் அகப்பொருள் துறைகளைத் தழுவியமைந்தவை.

'என்னாதன் 'என்னும் ஒன்பதாம் திருமொழியில் (3-9), ஆயர் மங்கையர் இருவருள் ஒருத்தி கண்ணனைப் பாடுகின்றாள். மற்றொருத்தி இராமனைப் பாடுகின்றாள். அவ்விருவரும் 'உந்தி பறத்தல்' என்ற விளையாட்டின்படி ஒருவர்க்கொருவர் எதிர் நின்று ஆடிப்பாடுகின்றனர்.

'நெறிந்த கருங்குழல்' என்னும் பத்தாம் திருமொழி (3-10)

இலங்கைக்குச் சென்ற அனுமன் சீதையிடம் கூறிய அடையாளங்களைத் தொகுத்துரைக்கின்றது.

இத்துடன் மூன்றாம் பத்து முடிகின்றது.

'கதிராயிரம்' என்னும் நான்காம் பத்தின் முதல் திருமொழியில் (4-1) இறைவனைத் தேடுவாரும்-அவனைக் கண்டவர் சிலருமாக - அவர்கள் பெற்ற அனுபவம் பேசப்படுகின்றது. 'எம்பிரானைக் கண்ணாலே காணவேண்டும்' என்று தேடுவதை ஒருபிரிவாகவும், 'அப் படி நீங்கள் தேடினால் அவனை உள்ளபடி கண்டவரும் உண்டு' என்று விடை கூறுதலை ஒருபிரிவாகவும் கொண்டு பாசுரமிடு கின்றனர்.

"நாத்தகம் சங்கு தண்டு நாண் ஒலிச்சார்ங்கம் திருச்சக்கரம்
ஏந்துபெருமை இராளை இருக்குமிடம் நாடுதிரேல்,
காந்தள் முகிழ்விரல் சீதைக்காகிக் கடுஞ்சிலை சென்று இறுக்க
வேந்தர் தலைவன் சனகராசன்தன் வேள்வியிற் கண்டாகுளர்"

இவ்வாறு, 'திருமாலைக்கண்ட சுவடு உரைத்தல்' என்னும் முறையிலேயே இதில் உள்ள பாசுரங்கள் யாவும் அமைந்துள்ளன.

இனி, நான்காம்பத்தில் எஞ்சியுள்ள ஒன்பது திருமொழிகளும் (4-2 முதல் 4-10 முடிய உள்ளவை) திருமாலிருஞ்சோலை முதலான திவ்ய தேசங்களையும் அவற்றில் கோயில்கொண்டுள்ள அர்ச்சாவதார எம்பெருமான்களையும் பாடுமுறையில் அமைந்துள்ளன. மாலிருஞ் சோலைமலையின் சிறப்பினை முதல் இரண்டு திருமொழிகளில் பாடும் ஆழ்வார், 'அலம்பா வெருட்டா' என்னும் முதல் திருமொழியில் (4-2) இராமாவதார வைபவத்தை முற்படப்பேசிப் பின்னரே கிருஷ்ணாவதார வைபவங்களைக் குறிப்பிடுகின்றார். இதனையடுத்துவரும் 'உருப்பிணி நங்கை' என்னும் திருமொழியில் (4-3) முதலில் கிருஷ்ணாவதார லீலைகளை அழகர் மேலிட்டு அனுபவித்து அதன் பின்னரே இராமாவதாரச் சிறப்புகளைப் பேசி மகிழ்கின்றார். இங்ஙனம் இராம, கிருஷ்ணாதி அவதாரங்களை முன்பின்னாகப் பாடியதற்கான காரணத்தை மணவாள மாமுனிகள் விளக்கிக் கூறியுள்ளார். முத்துக்கோக்க வல்லவன் முகமாறிக்கோத்த அளவில் அம்முத்து மாலையின் மதிப்பு அதிகமாவது போலவே அவதார குணங்களை இவர் மாறிமாறி அனுபவிப்பது அடியார்க்குப் பெரியதோர் உகப்பைத் தரும் என்கிறார்.

'நாவகாரியம்' என்னும் நான்காம் திருமொழியில் திருக்கோட்டியூர் என்னும் திவ்ய தேசத்தின் பெருமை பேசப்படுகின்றது. இதில் திருமாலின் திருவடிகளில் அப்பில்லாதவர்களைப் பழித்தும்

அன்புள்ள அடியார்களைப் புகழ்ந்தும் உருக்கமாகப் பாடுகின்றார். 'ஐயோ! எம்பெருமானை நெஞ்சாலும் நினையாதவர்களைப் பிரமன் எதற்காகப் படைத்தானோ? அறியோம்' என்கின்றார். வைணவ மரபில் இறைவனைக் காட்டிலும் அவன் எழுந்தருளியிருக்கும் நிலம் பெருமை பெறும். அந்நிலத்தைக்காட்டிலும் அங்கு வாழ்ந்து இறைவனுக்குத் தொண்டு புரியும் அடியார்கள் பெருமை பெறுவர். இக்கருத்தின் விளைவாகவே அடியார்களின் பெருமையை இத் திருமொழியில் விரித்துப் பேசியிருக்கிறார் பெரியாழ்வார்.

இதனையடுத்து வரும் 'ஆசைவாய்' என்னும் ஐந்தாம் திருமொழியில் (4-5) இறுதிக்காலம் வருமுன்னர் இறைவனை ஏத்தும் பேறுபற்றிப் பேசுகின்றார். 'இறைவன் திருநாமங்களைச் சொல்லுவார் பெறும் பேறு என்னால் சொல்லி முடியாது' என்கின்றார்.

இவ்வுலகத்திலுள்ளாரை ஏதேனும் ஒருவழியால் திருநாமத்தைச் சொல்லுவிக்க வேண்டும் என்று கருதிய ஆழ்வார், 'காசும்கறையுடை' என்னும் ஆறாந் திருமொழியில் (4-6) அவர்களை அழைத்து, 'நீங்கள் பெற்ற பிள்ளைகளுக்கு இறைவன் திருப்பெயர்களை இடுங்கள்; வாயார அழைத்து மகிழுங்கள்; அவ்வளவிலேயே அப்பிள்ளையினுடைய அன்னை நரகத்திற்புகாமல் உய்வு அடைவாள்' என்கிறார். இத் திருமொழியில் உள்ள பாசுந்தோறும் ஆழ்வார் இங்ஙனமே பரிந்து பேசுகின்றார்.

இப்படி இரண்டு திருமொழிகளில் உலகினர்க்கு நன்மையை உபதேசித்த ஆழ்வார், 'தங்கையை மூக்கும்' என்னும் ஏழாந் திருமொழியில் (4-7) கங்கைக்கரையில் உள்ள கண்டம் கடிநகர் (தேவப்பிரயாகை என வழங்குவது) என்னும் திருப்பதியின் பெருமை பற்றிப் பேசுகின்றார்.

இதனையடுத்து வரும் 'மாதவத்தோன்,' 'மரவடியை' என்னும் இரண்டு திருமொழிகளாலும் (4-8; 4-9) வைணவர்களால் 'கோயில்' என்று சிறப்பிக்கப்படுவதும் திவ்யதேசங்களுக்கெல்லாம் வேர்ப்புற்றாய விளங்குவதுமான திருவரங்கத்தின் சிறப்புகளையெல்லாம் விளக்கு கிறார்.

'துப்புடையாரை' என்னும் பத்தாம் திருமொழியில் (4-10) அரவணையிற் பள்ளிகொள்ளும் அரங்கனைப் போற்றி அந்திம காலத்தில் தம்மைக் காக்கும்படி அவன் திருவடிகளிற் சரணம் புகுகின்றார்.

'அடியாரைக் காப்பதில் திறமை படைத்தவரான தேவரீரை அடைந்தது அந்திமகாலத்தில் துணையாயிருப்பீர் என்ற எண்ணத்

தினால் அன்றோ? இவ்வாறு துணைபெறுவதற்குரிய அடியார்களுக்கு நான் ஒப்பாக்கமாட்டேன். ஆயினும் யானையைக் காத்தது போல் என்னையும் காக்க வேண்டும் என்று சரணம் புகுந்தேன். வாத பித்த சிலேட்டுமங்களால். நெஞ்சடைக்கும்போது தேவரீரைக் கொஞ்சமேனும் நினைக்கமாட்டேன். ஆகையால் பொறிபுலன்கள் செவ்வையாயிருக்கும் இக்காலத்திலேயே அடியேனுடைய விண்ணப்பத்தைச் சொல்லி வைத்தேன்.'

"துப்புடை யாரை அடைவ தெல்லாம்
சோர்விடத்துத் துணையாவர் என்றே;
ஒப்பிலேன் ஆகிலும் நின்னடைந்தேன்
ஆனைக்கு நீஅருள் செய்தமையால்;
எய்ப்பென்னை வந்து நலியும்போது அங்கு
ஏதும் நான்உன்னை நினைக்கமாட்டேன்;
அப்போதைக்கு இப்போதே சொல்லிவைத்தேன்;
அரங்கத்து அரவணைப் பள்ளியானே"

இவ்வகைப்போக்கிலேயே இத்திருமொழி முழுவதும் அமைந்துள்ளது. இத்துடன் நான்காம் பத்து முடிகின்றது.

ஐந்தாம்பத்தின் முதல் திருமொழியில் (5-1), ஆழ்வார் தம் வாழ்வு தோன்றப் பேசுகின்றார். இதனை 'நைச்சியானுசந்தானம்' என்பர். 'நைச்யம் ஜன்மசித்தம்' என்பது ஸ்ரீவசனபூஷணம் (சூ. 218). தாழ்ச்சி பிறப்பிலே தோன்றுவது - என்பது இதன் பொருளாகும்.

'மாதவனே! வாக்குதூய்மை இல்லாதவன் அடியேன்! ஆதலால் தூய்மை வடிவான உன்னை வாய்கொண்டு துதிக்கத் தகுதியற்றவனாவேன். எனவே துதிப்பதை விட்டு வாளா கிடப்போம் என்றாலும் பழகிச் சுவையறிந்த என் நாக்கு உன்னைத்தவிர மற்றொருவரைத் துதித்து அறியாது. இந்த நாக்கும் என் வசப்பட்டு நிற்பதன்று. 'இவன் மூடர் பேசும் பேச்சைப் பேசுகின்றான்' என்று உன் திருவுள்ளத்திற்பட்டு நீ சீற்றமடைந்தாலும் அதை ஆற்றிக் கொள்ளலாம். ஆனால் என் நாக்கின் பதற்றத்தை என்னால் ஆறறிக் கொள்ள முடியாது. காக்கையின் வாயிலிருந்து வரும் சொல்லையும் அறிவுடையோர் நற்சொல்லாகக் கொள்ளுவர் அன்றோ? உலகுக்கெல்லாம் ஆதி காரணமானவனே! பெரிய திருவடியைக் கொடியாக உடையவனே! நீ பொறுத்தருளல் வேண்டும்.'

"வாக்குத் தூய்மை இலாமையினாலே,
மாதவா! உன்னை வாய்க்கொள்ள மாட்டேன்;
நாக்கு நின்னை அல்லால் அறியாது;

விசிஷ்டாத்வைத சித்தாந்தத்தின் தனிச்சிறப்பையும் காட்டும் பாசுரம் இது. அன்றியும், 'விஷ்ணுவைச் சித்தத்தில் உடையவராக' (விஷ்ணுசித்தர்) வாழ்க்கையைத் தொடங்கிய ஆழ்வார், 'விஷ்ணுவின் சித்தத்தில் உறைபவராக' முதிர்ச்சி பெற்றதையும் இது காட்டுகின்றது. 'உன்னைக்கொண்டு என்னுள் வைத்தேன்; என்னையும் உன்னில் இட்டேன்' என்பதனால் இதையறியலாம். அவரது பக்தி வாழ்க்கையின் பரிணாமம் இது.

இறுதியாக இறைவன் தமக்குரிய வாழ்விடங்களான திருப்பாற்கடல், பரமபதம், துவாரகை முதலியவற்றையும் இகழ்ந்து அவரது நெஞ்சத்தில் குடியேறிய 'சீலகுணத்தைக் கேட்போர் நெஞ்சுருகும்படி சொல்லி இப்பிரபந்தத்தைத் தலைக்கட்டுகின்றார் பெரியாழ்வார்.

இத்துடன் 'பெரியாழ்வார் திருமொழி' என்னும் இப்பிரபந்தம் நிறைவடைகின்றது. நாம் முன்னர்க் குறித்தது போல ஐந்தாம்பத்து முழுமைபெறவில்லை. நான்கு திருமொழிகளோடே முடிந்து விடுகின்றது. ஆழ்வாரின் இறையனுபவம் (*Mystical experience*) முதிர்ந்து கனிந்து அதன் பயனாய் அவனுள் அவரும் அவருள் அவனுமாக இடம்பெற்ற நிலையில் மேலும் பேசுவதற்கு இடமேது? சொல்லும் பொருளுமற்ற சுகானுபவ நிலையன்றோ அது! எனவே இவ்வனுபவ நுகர்ச்சியோடு பிரபந்தம் முடிவுற்றது பொருத்தம் தானே!

இதுவரை இவ்வைந்து பத்துகளிலும் உள்ள திருமொழிகளின் கருத்துப் போக்கினை நாம் ஒருவாறு தொகுத்துப் பார்த்தோம். இத்தொகுப்பை ஒருமுறை அசைபோட்டாலும், கீழ்க்காணும் முடிவுகளுக்கு நாம் எளிதில் வர இயலும்.

ஆழ்வார் பெரும்பாலான திருமொழிகளில் தாம் பெற்ற கிருஷ்ணா நுபவத்தையே பேசி மகிழ்கிறார். அதிலும் கண்ணனின் தாய் அசோதையின் பாவனையில் அவர் பேசி மகிழ்ந்த திருமொழிகளே அதிகம். முதல் இருபத்தைந்து திருமொழிகள் இவ்வகைப் போக்கில் அமைந்தவையே. அவற்றுள் சில பாசுரங்கள் மட்டுமே திருவாய்ப் பாடிப் பெண்களின் பேச்சாக அமைந்துள்ளன. அவையும் கண்ணனைத் தொடர்புபடுத்திப் பேசப்படுவனவே. இவற்றையடுத்து வரும் இரண்டு திருமொழிகள் கண்ணன் ல் மாறுற்ற மகளைக் குறித்துத் தாய் இரங்குவதாகவும் (3-7), அவன்பின் சென்ற மகளைக் குறித்துத் தாய் பலபடி நினைந்து வருந்துவதாகவும் (3-8) உள்ளமை நோக்கத்தக்கது. இவை நீங்கலாக எஞ்சிய திருமொழிகள் (3-9 முதல் 5-4 முடிய) பொதுவாக அவதார நிகழ்ச்சிகளையும், அர்ச்சாவதாரப் பெருமையையும், திவ்யதேச மகிமைகளையும், ஆழ்வாருக்கு எம்பெருமானோடு ஏற்பட்ட பல்வேறு இறையனுபவ நிலைகளையும்

நான் அது அஞ்சுவன், என்வசம் அன்று;
மூர்க்குப் பேசுகின்றான் இவன் என்று
முனிவாயேலும் என்நாவினுக்கு ஆற்றேன்;
காக்கை வாயிலும் கட்டுரை கொள்வர்;
காரணா! கருளக் கொடியானே!"

இவ்வாறு இத்திருமொழியில் தம் தகவின்மையை அறிவித்துத் தாழ்வு தோன்றப்பேசி, 'ஏழையேன் இடரைக் களையாயே' என்று இறைவனிடம் விண்ணப்பித்துக் கொள்கின்றார் பெரியாழ்வார்.

இதனையடுத்து, 'நெய்க்குடத்தை' என்னும் இரண்டாம் திருமொழியில் (5-2) இறைவன் தானே விரும்பிவந்து அவருடைய உள்ளத்திற் புகுந்து நின்றமையால் தம் திருமேனி அவனுக்குத் திருப்பள்ளியாயிற்று எனக்கூறி அவன் காவலுக்காய்ப் போற்றுகின்றார். இறைவன் வருவதற்கு முன்பாகத் தம் உடம்பில் குடிபுகுந்திருந்த நோய்களை வெளியேறும்படி கூறுகின்றார். "என்னைக் கையாளாக்கிக்கொண்டு என்னுள் நிலைத்து நிற்கின்ற நோய்களே! இத்தனை நாளும் போலல்ல இந்நாள். என் உடம்பு எம்பெருமான் தன் படுக்கையொடும் வந்து பள்ளிகொண்டிருக்கும் இடமாயிற்று. எனவே நீங்கள் பிழைத்திருக்க வேண்டுமாகில் இங்கிருந்து தப்பிப் போய்விடுங்கள்' என்கின்றார்.

"நெய்க்குடத்தைப் பற்றி ஏறும்
எறும்புகள்போல் நிரந்து எங்கும்
கைக்கொண்டு நிற்கின்ற நோய்காள்!
காலம்பெற உய்யப் போமின்;
மெய்க்கொண்டு வந்து புகுந்து
வேதப் பிரானார் கிடந்தார்;
பைக்கொண்ட பாம்பனை யோடும்
பண்டன்று பட்டினம் காப்பே"

இவ்வாறு இத்திருமொழி முழுதும் நோய்களை அகலும்படி கூறுவதாய் அமைந்துள்ளது. இக்கருத்துக்கு ஏற்ப, 'பண்டன்று பட்டினம் காப்பு' என்னும் பழமொழி ஒவ்வொரு பாசுரத்தின் இறுதியிலும் இடம்பெறுகின்றது.

'துக்கச்சுழலையை' என்னும் மூன்றாந் திருமொழியில் (5-3) தம் உள்ளத்திற் புகுந்த திருமாலிருஞ்சோலை எம்பெருமானை 'இனி ஒருகாலும் போகவிட்டான்' என்று திருவாணையிட்டுத் தடுக்கின்றார். 'நீ புகுந்த இடங்களிலெல்லாம் நானும் புகுந்து உன்னைச் சேவித்துத் துக்கச்சுழலான இந்தச் சரீரத்தின் இருப்பைப் போக்கிக்கொண்டேன்.

இனி, வேறிடத்திற்குப் போகவிடுவேனோ?" என்கிறார்.

"துக்கச் சுழலையைச் சூழ்ந்து கிடந்த
வலையை அறப்பறித்துப்
புக்கினிற் புக்குன்னைக் கண்டு கொண்டேன், இனிப்
போக விடுவதுண்டே?
மக்கள் அறுவரைக் கல்லிடை மோத
இழந்தவள் தன்வயிற்றிற்
சிக்கென வந்து பிறந்து நின்றாய்! திரு
மாலிருஞ்சோலை எந்தாய்!"

இதனையடுத்து வரும் நான்காம் திருமொழியுடன் 'பெரியாழ்வார் திருமொழி' முடிவுறுகின்றது. 'சென்னையோங்கு' என்பது இத் திருமொழியின் (5-4) தொடக்கமாகும். இதில் இறைவன் தம் உள்ளத்திற் புகுந்ததனால் தாம் பெற்ற பேறுகளை அடுக்கிக்கூறி அகமகிழ்கின்றார் ஆழ்வார். இறைவனைத் தம் இதயக்கமலத்துள் இருக்கச் செய்து தாமும் அவனுடன் ஒன்றிக் கலந்து விட்டதனால் தமக்குண்டான அளவில்லாத ஆனந்தத்தைக் கவியின்பம் பொங்கப் பொங்க இத்திருமொழியில் வெளியிடுகின்றார் அவர்.

"பறவை ஏறு பரமபுருடா!
நீஎன்னைக் கைக்கொண்டபின்
பிறவி என்னும் கடலும் வற்றிப்
பெரும்பதம் ஆகின்றதால்;
இறவு செய்யும் பாலக்காடு
தீக்கொளீஇ வேகின்றதால்;
அறிவை என்னும் அமுதஆறு
தலைப்பற்றி வாய்க்கொண்டதே."

இறைவனுக்குள் அவரும் அவருக்குள் அவனுமாக இருவரும் மாறிப்புக்கு இதயம் எய்திய நிலையைக் கீழ்க்காணும் பாசுரம் வெளியிடுகின்றது.

"பொன்னைக் கொண்டு உரைகல் மீதே
நிறம்எழ உரைத்தாற்போல்,
உன்னைக் கொண்டு என்நாவகம்பால்
மாற்றின்றி உரைத்துக் கொண்டேன்;
உன்னைக் கொண்டு என்னுள் வைத்தேன்;
என்னையும் உன்னில் இட்டேன்;
என் அப்பா! என் இருடீகேசா!
என்உயிர்க் காவலனே!"

பற்றிப் பாடுவனவாகவே அமைந்துள்ளன.

ஆக, மொத்தமுள்ள 461 பாசுரங்களுக்கு 294 பாசுரங்களில் ஆழ்வாரின் கிருஷ்ணாநுபவமே மேலோங்கி நிற்கின்றது. அதுவும் கிருஷ்ணனுடைய கதையில் அசோதை என்னும் ஒரு பாத்திரமாகவே மாறி நின்று ஆழ்வார் வெளிப்படுத்திய அனுபவமாகும். பிற இடங்களில் அவர் தாமான தன்மையில் நின்று பேசியபோதும் அந்தக் கிருஷ்ணாநுபவம் அவரைவிட்டு முற்றாக அகலவில்லை. திருப்பல்லாண்டுத் தொடக்க முதல் பெரியாழ்வார் திருமொழி முடிவுவரை அவர் உள்ளத்தில் நிறைந்து நின்றவன் கண்ணனே. பாண்டியன் அவரைப் பட்டர்பிரான் என்று கொண்டாடிக் கூடல் மாநகரில் யானை மீதேற்றி நகர்வலம் செய்வித்தபோது கருடன்மேல் காட்சிதந்த பரமபதநாதனும் அவருக்குக் கண்ணனாகவே தோன்றினான். கிருஷ்ணாவதாரத்தில் மல்லர்களையழித்த மல்லாண்ட திண்தோள்களையே அவருக்குக் காட்டினான். கிருஷ்ணாவதாரத்தில் ஆழ்வாருக்குள்ள உகப்பு அறிந்து அவனே தன்னைக் கண்ணனாகக் காட்டிக்கொண்டானா? அல்லது இடைவிடாது எந்நேரமும் தைலதாரைபோல் கிருஷ்ணனையே தியானித்துக் கொண்டிருந்த ஆழ்வாரின் கண்களுக்கு அப்பரமபதநாதனும் கண்ணனாகவே தோன்றினானா? இவற்றுள் நடந்தது என்ன என்பதை நாம் அறியோம்.

இப்படி அவனைக் கண்ணனாகவே கண்டதால்தான் திருப்பல்லாண்டின் தொடக்கத்திலும் 'மல்லாண்ட திண்தோள் மணிவண்ணா' என்று கிருஷ்ணாவதாரத்தில் ஈடுபட்டார் ஆழ்வார். இவ்வீடுபாடு பெரியாழ்வார் திருமொழியை முடிக்கும் நிலையிலும்,

> "வேயர் தங்கள் குலத்துதித்த விட்டுச்சித்தன் மனத்தே
> கோயில்கொணட கோவலன்" (5-4-11)

என்றே வெளிப்படக் காண்கிறோம். இதனால் ஆதி முதல் அந்தம் வரை அவர் மனத்தில் நிறைந்திருந்தவன் கிருஷ்ணனே என்று அறியலாம். இதன் விளைவாகவே அவர் பாசுரங்களில் செம்பாதிக்கு மேல் கிருஷ்ணாநுபவமே வெள்ளமிடுகின்றது.

எனவே அடுத்துவரும் இயலில் பெரியாழ்வாரின் கிருஷ்ணாநுபவம் பற்றிக் காண்போம்.

☯

5. கிருஷ்ணாநுபவம்

பக்திநெறிக் கவிஞர்கள் - இறைவன் அடியார்களிடத்துக் காட்டும் பரிவினுக்குத் தாயின் அன்பை உவமையாகச் சொல்வதுண்டு. ‘பெற்றதாயினும் ஆயினசெய்யும்’ என்று திருமங்கை மன்னனும், ‘பால்நினைந்தூட்டும் தாயினும் சாலப்பரிந்து’ என்று மணிவாசகரும் பாடியிருத்தல் காண்க. இப்பொது மரபுக்கு மாறாகப் பக்தன் தன்னைப் பரிவுடைய தாயாகவும் இறைவனைத் - தன் அன்பினைச் சொரிந்து வளர்க்கும் சேயாகவும் காண்பது புதுமை அல்லவா இப்புதுமையைத் தமிழ்ப பக்தி உலகம் கி.பி. எட்டாம் நூற்றாண்டில் கண்டது. அங்ஙனம் ‘பகவானை வளர்த்த பக்த’ராக நமக்குக் காட்சி தருபவர் பெரியாழ்வாரே. இந்தியப் பக்தி மரபில் பெரியாழ்வாருக்கு முன்பு வேறு யாரும் இப்புதுமையைச் செய்ததாகத் தெரியவில்லை.

இத்தகைய வித்தியாசமான அணுகுமுறையில் இறைவனைப் பாரக்கவும் பக்தி இலக்கியம் படைக்கவும் அவருக்குக் கைகொடுத்து உதவியது கண்ணனின் கதையே. ‘ஒருத்தி மகனாய்ப் பிறந்து ஓரிரவில் ஒருத்தி மகனாய் ஒளித்து வளர்ந்த’ கண்ணனின் கதையே. வடமதுரையில் வசுதேவர் மகனாய்ப் பிறந்து ஆய்ப்பாடியில் நந்தன் குலமதலையாய் வளர்ந்த கண்ணனின் கதை இந்திய மண்ணிற் பிறந்த எல்லார்க்கும் தெரிந்த கதையன்றோ? ஆனால் இக்கதையைப் பெரியாழ்வார் அணுகிய முறைக்கும் வேற்றுமை உண்டு.

கிருஷ்ணசரித நிகழ்ச்சிகளைத் தம் கவிதைகளிற் பாடியோர் பலரும் பாலகிருஷ்ணனாகவும் பாண்டவர் தோழனாகவும் அவன் புரிந்த வியத்தகு நிகழ்ச்சிகளில் மனம் பறிகொடுத்தே பக்தி செலுத்தியிருக்கின்றனர். அவர்களது கிருஷ்ண பக்திக்கும் பெரியாழ்வார் குழந்தைக் கண்ணன் மீது காட்டிய பொங்கும் பரிவுக்கும் நெடுவாசியுண்டு. அது மலைக்கும் மடுவுக்கும் உள்ள வேற்றுமை போன்றதாகும்.

கண்ணனைப் பெற்வளோ அவனை வளர்க்கும் பேற்றினை இழந்தாள். வளர்த்தவளோ அவன் தேவகி பெற்ற மகன் என்ற உண்மை தெரியாமலேயே தன் வயிற்றிற் பிறந்த மகனாகவே கருதி வளர்த்தாள். அந்த அசோதைக்கு வாய்த்த பேறுதான் எத்தகையது! பெற்றவள் குழந்தை பிறந்த மறுகணமே தன்குழந்தையைப் பிரிய, மற்றவளோ அவனுக்குப் பாலூட்டித் தாலாட்டி அம்புலி காட்டி வளர்க்கும் பேற்றினைப் பெற்றாள். சேய்வளர் காட்சியின் சீர்மையையெல்லாம் ஒன்றுவிடாமல் கண்டு அனுபவித்து, அளவில்லாத பிள்ளைமை

இன்பத்தைப் பெற்றாள். எனவே அவ- அசோதையைத் 'தெய்வ நங்கை' எனப்போற்றினார் குலசேகராழ்வார். தெய்வமே தன்னிடம் வந்து குழந்தையாக வளர - அதைக் கண்ணிநுண் கயிற்றால் கட்டவும் அடிக்கவும் படியான பேறு அசோதை ஒருத்திக்கு மட்டுமே வாய்த்தது. அவன் அசோதையிடம் வளர்ந்த காலத்தில் நிகழ்ந்த பிள்ளைமைச் செயல்களையெல்லாம் எண்ணிப்பார்த்து - அவற்றுள் ஒன்றையும் தான் காணப்பெறாத குறையை நினைந்து அவனைப்பெற்ற தாயான தேவகிபுலம்பியிருப்பாள் அல்லவா? அப்புலம்பலை 'ஆலைநீள்கரும்பு' என்னும் திருமொழியில் கற்போர் உள்ளம் உருகுமாறு வெளியிடுவார் குலசேகராழ்வார். அத்திருமொழியில்,

"திருவிலேன் ஒன்றும் பெற்றிலேன்; எல்லாம்
தெய்வ நங்கை அசோதை பெற்றாளே!"

என்று தனக்கேற்பட்ட இழவைக்குறித்து வருந்திப் பேசுவாள் தேவகி. 'ஒன்றும் பெற்றிலேன்' என்று தேவகிப்பிராட்டியார் இழந்ததை யெல்லாம் பெற்று மகிழ்ந்தவள் தெய்வநங்கை அசோதை. அந்த அசோதை பெற்றதையெல்லாம் தம் அன்புப் பெருக்காலே பெற்று மகிழ்ந்தவர் பெரியாழ்வார்.

இந்தப் பேற்றுக்கு யாது காரணம்? அந்தணர் குடிப்பிறந்த - மேயர் குலவிளக்கான ஆழ்வார் பாவனா சக்தியினால் இடைக்குலப் பிறப்பை ஏறிட்டுக் கொண்டார்; தம்மை ஆய்க்குலத்துப் பெண் அசோதையாகவே பாவித்துக் கொண்டார். அந்தப் பாவனையினால் காலத்தால் கண்ணனுக்குப் பிறப்பட்டவரான அவர், அவன் பிறந்து வளர்ந்த அந்தக் காலத்துக்கே - துவாபரயுகத்துக்கே சென்றார். கண்ணன் கதையில் ஒரு பாத்திரமாக - அசோதையாக மாறி அவனைத் தொட்டிலிலிட்டுத் தாலாட்டினார்; அவனது திருமேனியழகு கண்டு மகிழ்ந்தார்; அவனுக்கு அம்புலி காட்டினார்; அவனைச் செங்கீரையாடச் செய்தார்; அவன் கைகளாற் சப்பாணி கொட்டக்கண்டு மனம்களித்தார்; சூழல் வாரினார்; பூச்சூட்டினார்; அவன் தளர்நடை நடந்ததும், ஓடிவந்து தழுவிக்கொண்டதும், அப்பூச்சி காட்டியதும் ஆகிய பிள்ளையைச் செயல்களையெல்லாம் ஒன்றுவிடாமல் கண்டு மகிழ்ந்தார். இங்ஙனம் 'ஒன்றும் பெற்றிலேன்' என்று வருந்திய தேவகிக்கு மாறாக எல்லாம் பெற்று மகிழ்ந்தார் பெரியாழ்வார். 'தொல்லை இன்பத்து இறுதிகண்டாளே' என்று சொல்லும்படி அசோதைக்கு வாய்த்த எல்லையில்லாத ஆனந்தத்தை அவரும் பெற்றார். பரமபதத்து இன்பத்தைக் காட்டிலும் நூறு மடங்கு பெரியதாயிருந்தது. அவர் பெற்ற கிருஷ்ணாநுபவம். 'போகத்தில் வழுவாத புதுவையர் கோன்' என்று அவரது திருமகளாரான

ஆண்டாளும் தம் தந்தையின் பேற்றினை அறுதியிட்டார். ஆழ்வார்க்கு வழுவாது கிடைத்த போகம் எது? தம் தந்தைக்குத் தப்பாது வாய்த்த இன்பமாக ஆண்டாள் எதைக்கருதினார்? வியாக்கியானச் சக்கரவர்த்தி பெரியவாச்சான்பிள்ளை இதற்கு விடையளிக்கிறார். கண்ணனது அவதாரம் தொடங்கி அவனது பிள்ளைமை இன்பங்களை ஒன்றுவிடாமல் பாடி அனுபவித்ததையே ஆழ்வாருக்குக் கிடைத்த குறைவற்ற இன்பமாகக் குறிக்கிறார் அவர்.

கிருஷ்ணாவதாரத்தில் அசோதைக்கு மகனாய் வளர்ந்ததன் மூலம் அவளுக்கு எல்லையற்ற பேரின்பத்தை விளைத்தான் இறைவன். இதனை, 'அந்தமில் பேரின்பத்தையும் சிற்றின்பம் ஆக்கினான்' என எடுத்துக்காட்டுவர் நம்பிள்ளை (ஈடு8-1-3). அதாவது பரமபத இன்பத்தைக் காட்டிலும் நூறுமடங்கு பெரியதாயிருந்தது அசோதைக்குக் கிடைத்த கிருஷ்ணானுபவம் என்பது கருத்து. பெரியாழ்வார் தாமும் தம்மை அசோதையாகப் பாவித்துக் கொண்டதாலே அத்தகையதொரு பேரின்பத்தையே பெற்றார் என்று கொள்ளத் தடையில்லை.

பெரியாழ்வாரின் கிருஷ்ணானுபவத்தைப் பெருக்க மதித்துப் போற்றுதற்கு அவரது பாவனா சக்தியேகாரணமாகும். மற்றவர்களைப் போலக் கிருஷ்ணாவதார குணங்களை அவர் கரையிலே நின்று சொல்லிப் போகவில்லை. கண்ணனின் கதைவெள்ளத்தில் தரை காணுமளவும் ஆழமூழ்கி அவர் அனுபவிக்கின்றார். இவ்வகையான அனுபவமே கிருஷ்ணனைப் பாடும் மற்றவர்களிடமிருந்தும் அவரை வேறுபடுத்திக் காட்டுகின்றது.

கிருஷ்ண சரிதங்களைப் பாடியவர்களுள் பராசரர், சுகர் போன்ற மாமுனிவர்கள் குறிப்பிடத்தக்கவர்கள். முன்னவரின் விஷ்ணுபுராணத்தில் ஐந்தாம் பகுதியில் மட்டுமே கிருஷ்ண சரிதம் இடம்பெற்றுள்ளது. சுகமுனிவரின் பாகவதத்தில் பத்தாவது பிரிவில் மட்டுமே கிருஷ்ணசரிதம் பற்றிப் பேசப்பட்டுள்ளது. ஆனால் பெரியாழ்வாரோ தமது அருளிச்செயலான திருமொழியில் ஆதியோடு அந்தகமாகக் கிருஷ்ண சரிதங்களை வெளியிட்டுள்ளார். அதிலும் குறிப்பாக நெஞ்சை உருக்கும்படி பாலசரித நிகழ்ச்சிகளிலேயே பெரிதும் ஈடுபட்டுப் பாசுரமிடுகின்றார். இப்படி அந்த மாமுனிவர் களும் ஈடுபடவில்லை. அன்றியும் அம்முனிவர் இருவரும் கண்ணனின் வரலாற்றைக் கதை சொல்வது போன்றே - கரையில் நின்று விரித்துரைத்தார்கள். பெரியாழ்வாரோ நாம் முன்னர்க் குறிப்பிட்டது போலக் கண்ணனது கதைவெள்ளத்தில் படிந்து குடைந்தாடி பலவகையாக அனுபவித்துப் பாடுகின்றார். கண்ணனை

வளர்த்தெடுத்த தாயாக மட்டுமன்றி அவன்மீது மையல்கொண்ட கோபிகையாகவும் அக்கோபிகையின் தாயாகவும் மாறிக் கிருஷ்ண குணாநுபவம் செய்து மகிழ்கிறார். அதனால் வான்மீகி, வியாசர் போன்ற மாமுனிவர்களுக்கும் காணக்கிடைக்காத அரிய கிருஷ்ண சரித்திரங்களையெல்லாம் ஆழ்வார் தம் மனத்திரையில் காண முடிந்தது. அத்தகைய காட்சிகளைப் பெரியாழ்வாரது உள்ளத்தில் பிரகாசிக்கும்படி செய்தவன் இறைவன் என்றும் அதற்குக் காரணமாய் அமைந்தது. ஆழ்வாரின் 'பகவத் பிரேமம்' என்றும் மணவாளமாமுனிகள் விளக்குகின்றார்.

பெரியாழ்வார் தாமும் தம்பிரபந்தத்தில் கிருஷ்ண லீலை ஒன்றையும் விடாமல் தாம் அனுபவித்ததை,

"உன்னுடைய விக்கிரமம் ஒன்றொழியாமல் எல்லாம்
என்னுடைய நெஞ்சகம்பால் சுவர்வழி எழுதிக்கொண்டேன்"
(5-4-6)

என வெளிப்படுத்தியுள்ளார். இதில், கிருஷ்ண லீலைகள் எண்ணிலடங்காதனவாயிருப்பினும் அவரது தணியா வேட்டைக்கு அவை போதவில்லை என்னும் குறிப்பும் புலப்படுதல் காணலாம்.

கண்ணனின் பிறப்பைத் திருவாய்ப்பாடி மக்கள் ஆடியும் பாடியும் கொண்டாடும் நிலையில் 'பெரியாழ்வார் திருமொழி' தொடங்குகின்றது. 'வண்ண மாடங்கள்' என்னும் முதல் திருமொழியில் முதல் எட்டுப்பாசுரங்களில் ஆயர்களின் குதூகலத்தையும் கொண்டாட்டத்தையும் தாமான தன்மையில் கவிக் கூற்றாகப் பாடி மகிழ்கிறார் ஆழ்வார்.

'பாடுவாரும், ஆடுவாரும், ஓடுவாரும், விழுவாரும், 'நம்பிரான் எங்குற்றான்' என்று நாடுவாரும் ஆயிற்று ஆய்ப்பாடி. எண்ணெய், சுண்ணம் எதிரெதிர் தூவுவார்; நறுநெய்பால் நன்றாகத் தூவுவார்; உறியை முற்றத்து உருட்டி நின்று ஆடுவார். இங்ஙனம் அறிவழிந்தனர் ஆய்ப்பாடி ஆயர். 'ஆண் ஒப்பார் இவன் நேர் இல்லை' என்பார். 'ஓணத்தான் உலகு ஆளும்' என்பார். குழந்தைக் கண்ணனைக் கையும் காலும் நிமிர்த்தி, பைய் நீராட்டினாள் அசோதை. அப்பொழுது பகுஞ்சிறுமஞ்சளால் நாக்கு வழிக்க, குழந்தையின் திறந்த வாய்க்குள் உலகம் ஏழும் கண்டாள். பத்துநாளும் கடந்த இரண்டாம்நாள் ஆயர்கள் சயமரம் கோடித்து, குழந்தையைப் பிரசவ அறையில் நின்று வெளிக்கொணரும் சடங்காகிய உத்தானம் கொண்டாடி உகந்தனர்.'

இவ்வளவும் கவிக்கூற்றாகப் பாடிய ஆழ்வார் ஒன்பதாம் பாசுரத்தில் அசோதையாக உருமாறி விடுகிறார். அசோதை, தன்

தோழியிடம் தன் உடல் மெலிவுக்குக் காரணம் கூறுவதுபோல் அமைந்துள்ளது அப்பாசுரம். 'எல்லாம் இந்தப் பிள்ளை படுத்தும் பாடுதான். இவனது குறும்புகளைத் தாங்கிக்கொள்ளும் வலிமை இல்லாததால். நான் மிகவும் இளைத்துவிட்டேன்' என்கிறாள். இப்படி அவள் குறைப்படும் அளவுக்கு அந்தச் சின்னக் கண்ணன் என்னதான் செய்துவிட்டான்? அவளே சொலலுவதைக் கேட்போம்.

"கிடக்கில், தொட்டில் கிழிய உதைத்திடும்;
எடுத்துக் கொள்ளில், மருங்கை இறுத்திடும்;
ஒடுக்கிப் புல்கில், உதரத்தே பாய்ந்திடும்;
மிடுக்கு இலலாமையால் நான்மெலிந்தேன், நங்காய்!"

தொட்டிலிலும் கிடக்கமாட்டான்; இடுப்பிலும் இருக்க மாட்டான். அவனது கைகால்களை ஒடுக்கி மார்போடு சேர்த்து அணைத்துக் கொண்டாலும் திமிறிக்கொண்டு கால்களினால் வயிற்றில் எட்டி உதைக்கிறான். இவனது இச்செயல்களைப் பொறுக்கும் மிடுக்கு (வலிமை) இலாமையினாலே நான் மெலிந்தேன் - என்கிறாள் அசோதை. தன் பிள்ளையின் செயல்களைக் குறித்துப் பெருமிதம் தோன்றப் பேசும் தாயின் குரலையே இதில் கேட்கிறோம்.

ஒரு நிகழ்ச்சியைக் கற்பனை கலவாமல் கேட்போர் மகிழும்படி மிக இயல்பாகக் கூறுதலைத் 'தன்மை அணி' என்பர். இதற்கு எடுத்துக்காட்டாகக் கூறத்தக்க பாசுரம் இது. உடன்பாடு, எதிரமறை ஆகிய இருநிலைகளில் வெவ்வேறு விதமாகவும் இதற்குப் பொருள் கூறுவதுண்டு. அவற்றையெல்லாம் இங்கு நாம் எடுத்துரைக்க வேண்டியதில்லை. உரையாசிரியர்களின் துணையின்றியே ஓரளவு மொழிப்பயிற்சியுடையவர்களும் படித்து அனுபவிக்கத்தக்க பாசுரம் இது. ஏனெனில் மக்கட்பேறும் அதனால் பெறும் வாழ்க்கையனுபவங்களும் அனைவர்க்கும் பொதுவானவை. மனித குலத்திற்குள்ள அத்தகையதொரு பொதுவான அனுபவமே இங்கும் கவிதைக் கோலங்கொண்டு நம் மனத்தைக் கொள்ளையிடுகின்றது.

ஆழ்வார் கண்ணனென்னும் தெய்வக்குழந்தையிடம் கொண்ட காதலும் அதனால் அவர் பெற்ற பிள்ளைமை இன்பங்களும் உவமை சொல்லி விளக்க முடியாத உயர்வுடையன. எனினும் சில பாசுரங் களின் துணைகொண்டு அவற்றை ஒருவாறு அறிந்துகொள்ள முயலுவோம்.

முதற்பத்து இரண்டாம் திருமொழியில் கண்ணனின் திருமேனியழகினைப் பாதாதிகேசமாக வருணிக்கிறார் ஆழ்வார். அவனது அவயவ அழகினைக் காண வருமாறு மற்ற ஆய்ச்சியர்களை

அசோதை அழைக்கும் பாவனையில் அத்திருமொழி அமைந்துள்ளது.

"சீதக் கடலுள் அமுதன்ன தேவகி
கோதைக் குழலாள் அசோதைக்குப் போத்தந்த
பேதைக் குழவி பிடித்துச சுவைத்துண்ணும்
பாதக் கமலங்கள் காணீரே
பவள வாயீர் வந்துகாணீரே!

என்று பாதத்தில் தொடங்கிய வருணனை கால்விரல்கள், கணைக்கால், முழந்தாள், துடை எனத்தொடர்ந்து சென்று ஒவ்வொரு அவயவங்களையும் வருணித்துக் கடைசியில் 'குழல்கள் இருந்தவா காணீரே' என்று கேசத்தில் முடிகின்றது. இவ்வருணனையில் பாதமுதல் கேசமுடிய ஆழ்வார் கூறும் அவயவங்கள் இருபதாகும். இப்படிக் கீழிருந்து மேல்நோக்கி வருணித்துக் கொண்டுவரும் ஆழ்வார் துடைகளுக்கும் இடைக்கும் (மருங்கு) நடுவில் உள்ளதோர் அவயவத்தை 'முத்தம்' என்னும் சொல்லாற் குறிக்கிறார். உரையாசிரியர் இதற்குச் 'சண்ணம்' எனப்பொருள் கூறுவர். சண்ணம் என்பது ஆண் குழந்தையின் பிறப்புறுப்பாகும்.

இவ்வருணனை சின்னஞ்சிறு குழந்தையான கண்ணனைப் பற்றியது என்பதை நாம் மறந்துவிடலாகாது.

"மத்தக் களிற்று வசுதேவர் தம்முடைச்
சித்தம் பிரியாத தேவகிதன் வயிற்றில்
அத்தத்தின் பத்தாம்நாள் தோன்றிய அச்சுதன்
முத்தம் இருந்தவா காணீரே
முகிழ்நகையீர் வந்துகாணீரே"

என்பது பாசுரம்.

இங்கு ஆழ்வார் யாரோ ஒருவரைப் பிள்ளையாகப் பாவித்துப் பிரபந்தம் செய்த பிற்காலத்துப புலவர் அல்லர். அங்ஙனமாயின் அப்படிப் பாடுதற்கு அவர் மனத்தில் தயக்கமோ விகற்பமோ பிறந்திருக்கக்கூடும். ஆனால் ஆழ்வரோ கண்ணனின் அன்பில் தம்மைக் கரைத்துக்கொண்ட மைத்தடங்கண்ணி அசோதையாகவே மாறி நிற்பவர். அசோதையின் பார்வையில், 'இவை கால்கள், இவை தோள்கள்' என்ற பேதம் இல்லை. 'இது கைத்தலம், இதுமுத்தம்' என்பதோர் வேற்றுமையும் இல்லை. திருமேனிக்கு எழில் சேர்க்கின்ற எல்லா அவயவங்களும் அவளுக்கு ஒன்றே. ஆகவே பாதாதிகேசமாக எல்லாவற்றையும் ஒக்கநோக்கி உகப்பு அடைகிறாள் அவள். தன் சுற்றத்தாரையெல்லாம் கூவியழைத்து, 'இவ்-அவயவங்களின் அழகை

வந்து காணுங்கள்' என்கிறாள்.

பிள்ளைகளின் மேல் அன்பை அள்ளிச்சொரியும் மிகப்பழைய தலைமுறையைச் சேர்ந்தவர் ஆழ்வார். புராணங்களிலும் இதிகாசங் களிலும் தெய்வநாயகனாகப் பேசப்படும் குழந்தைக் கண்ணனைப் பாடும்போது, நடைமுறை வாழ்க்கையில் இருந்ததும் பொதுவான மானுட அனுபவங்களுக்கு உட்பட்டதுமான பல செய்திகளையே தம் பாசுரங்களில் இணைத்துப் பாடியிருக்கிறார். குழந்தைக் கண்ணனிடத்துக் கொண்ட அன்பை உலகியல் தழுவிய படப் பிடிப் பாகவே சித்திரிக்கின்றார். இதை மேலும் இரண்டு பாசுரங்களால் நாம் உறுதிப்படுத்தலாம்.

கண்ணன் என்னும் குழந்தை தடுமாறி நடக்கும் பருவம் அது. அப்பருவத்தில் அவனைத் தளர்நடை நடக்குமாறு வேண்டிக் கொள்கிறாள் அசோதை. அவள் வேண்டுதலுக்கு ஏற்பவே அவன் குறுகுறுவென்று நடந்து சிறுகைநீட்டி அசைந்தாடி வரும் அழகைத் 'தொடர் சங்கிலிகை' (1-7) என்னும் திருமொழியில் அனுபவித்துப் பாடுகிறார் ஆழ்வார். கருப்பஞ்சாறு நிறைந்த குடம் ஒன்று பொள்ளல் இட்டுத் திறந்துகொண்டது போல வாயிலிருந்து உமிழ்நீர் வடிய வடியக் கணகணவென்று சிரித்துக் கொண்டே தளர்நடை நடந்து வந்து அசோதைக்கு முத்தம் கொடுக்கிறான் அவன். அவள் மேலும் சிறிது தொலைவு தள்ளிப்போய் நின்றுகொண்டு மீண்டும் அவனை 'வா! வா!' என்று அழைக்க அவனது திருவரையிற் கட்டிய மணியோசை ஒலிக்கவும் அவனது அழகிய ஒளியையுடைய திருமுகத்திலே உள்ள கட்டியானது இடம் வலமாக அசையவும் அவன் தளர் நடை நடந்து வருகின்றான். அப்படி நடந்து வருகையில் துளித்துளியாகச் சிறுநீர் சொட்டுகிறது. அங்ஙனம் 'சிறுச் சண்ணம் துள்ளம்சோரத் தளர்நடை நடவானோ' என்று கண்ணனை வேண்டிக்கொள்கிறாள் அசோதை. அவளுக்குத் தன் குழந்தைக் கண்ணனின் சிறுநீரானது கங்கையினும் தீர்த்தபலம் உடையதாகத் தோன்றுகிறது. இந்திய மக்களுக்குக் காவிரி, கங்கை போன்ற நதிநீரும், சேதுக்கரை போன்ற புண்ணியத்தலங்களில் உள்ள தீர்த்தமும் புனிதமானவை என்பதை நாம் அறிவோம். உபய காவேரிக்கு நடுவில் அரங்கன் பள்ளி கொண்டதால் 'கங்கையிற் புனிதமாய காவிரி' என்று பாசுர மிட்டார் தொண்டரப்பொடியாழ்வார். காவிரிக்கு முன் கங்கை மீண்டும் தன் தீர்த்தபலத்தில் தாழ்ந்து நின்றது என்போது? பெரியாழ்வார் அசோதையாக மாறிக் கண்ணனைக் கொஞ்சிக் குலவிய போது, கண்ணன் என்னும் குழந்தையின் சிறுநீர் கங்கையினும் தீர்த்தபலம் உடையது என்று பாடவேண்டுமானால் ஆழ்வார் குழந்தைக் கண்ணனிடத்தே கொண்டிருந்த காதலுக்கு நாம் என்ன உவமைகூறி

விளக்கமுடியும்? அதனை வார்த்தைகளால் எப்படி வடித்துச் சொல்லமுடியும்? இதோ ஆழ்வார் பாடுகிறார்:

"திரைநீர்ச் சந்திர மண்டலம் போலச்
செங்கண்மால் கேசவன்தன்
திருநீர் முகத்துத் துலங்கு சுட்டி
திகழ்ந்தெங்கும் புடைபெயர,
பெருநீர்த் திரையெழு கங்கையிலும்
பெரியதோர் தீர்த்தபலம்
தருநீர்ச் சிறுச்சண்ணம் துள்ளம் சோரத்
தளர்நடை நடவானோ?" (1-7-10)

(துள்ளம்சோர - துளித்துளியாகச் சொட்ட)

நாம் முன்னர்க்கூறியதுபோல - அசோதைக்குக் கன்னற்குடம் திறந்தாற்போலவும் பங்கயமலர்த் தேன்துளி போலவும் கண்ணனின் வாயிலிருந்து இற்றுஇற்று விழுகின்ற உமிழ்நீரும் ஒன்றுதான்; துளித்துளியாகச் சொட்டுகின்ற சிறுநீரும் ஒன்றுதான்.

இந்த நிலையில் ஆழ்வாரின் கிருஷ்ணாநுபவம் தாய்மையின் சிகரத்திற்கே செல்வதை நமக்கு ஒரு பாசுரம் தெளிவாகக் காட்டு கின்றது.

ஓடிவந்து தன் முதுகைக்கட்டிக் கொள்ளுமாறு கண்ணனை வேண்டுகிறாள் அசோதை. இவ்வாறு தாயின் பின்பக்கமாக வந்து குழந்தைகள் தழுவி நிற்பதைப் புறம் புல்குதல் என்பர். கண்ணனும் அவ்வாறே வந்து தாயைத் தழுவிக்கொள்கிறான். அதனால் அசோ அக்காலத்தே பெற்ற இன்பத்தைத் தாமும் பெற்றதாகவே பாவித்து 'வட்டுநடுவே' என்னும் திருமொழியில் வெளியிடுகின்றார் பெரியாழ்வார். கண்ணனின் மேன்மையையும் நீர்மையையும் எடுத்துக்காட்டி அத்தகைய பேராளன் வந்து என்னைப் 'புறம்புல்குவான் புறம்புல்குவான்' என்று வாய்க்குவாய் சொல்லி அகமகிழ்கிறார் அவர்.

கண்ணபிரான் வந்து அசோதையின் முதுகைக் கட்டிக்கொண்டது எப்படி? இதோ ஆழ்வார் சித்திரிக்கும் காட்சியைப் பாருங்கள்.

'என் பிள்ளையானவன் இரண்டு நீலரத்தின வட்டுகளின் நடுவே வளர்ந்து கொண்டிருப்பதான மாணிக்க மொட்டின் நுனியிலே முளைக்கின்ற முத்தேபோலச் சொட்டுச்சொட்டு என்று சிறுநீர் பலமுறையும் துளிக்கும்படி ஓடிவந்து என் முதுகைக் கட்டிக் கொள்வான்; கோவிந்தன் வந்து என் முதுகைக்கட்டிக் கொள்வான்'

என்கிறார்.

"வட்டுநடுவே வளர்கின்ற மாணிக்க
மொட்டு நுனையில் முளைக்கின்ற முத்தேபோல்
சொட்டுச் சொட்டென்னத் துளிக்கத்துளிக்களன்
குட்டன் வந்தென்னைப் புறம்புல்குவான்,
கோவிந்தன் என்னைப் புறம்புல்குவான்" *(1-9-1)*

சிறுநீர் சொட்டுச்சொட்டெனத்துளிக்கக் கண்ணன் ஓடிவந்து தாயைக் கட்டிக் கொண்டான் என்பதுதான்இதன் திரண்ட கருத்தாகும். சொல்லக்கூடாதவற்றை வேறு சொற்களுக்குள் மறைத்து அடக்கி நாகரிகமாகச் சொல்லவேண்டும். அவ்வாறு சொல்லுவதை 'இடக்கரடக்கல்' என்பர் இலக்கணநூலார். இந்த இலக்கண விதிகளையெல்லாம் துக்கி எறிந்துவிட்டு இதைச் சொல்வதா வேண்டாமா என்ற கேள்விக்கே இடம் வைக்காமல் சுவைக்கேடு எதுவுமின்றி ஆழ்வார் கவிதைத்தேன் துளிக்கத்துளிக்கப் பாடிய பாசுரம் இது. முதல் இரண்டு பாசுரங்களிலும் முத்தம், சிறுநீர் பற்றி அவர் வெளிப்படையாகப் பேசிய போதிலும் 'வட்டுநடுவே' என்னும் இப்பாசுரத்தில், 'வட்டு, மாணிக்கமொட்டு, அதன் நுனையில் முளைக்கின்ற முத்து' என உவமானத்தை மட்டும் சொல்லி உவமேயத்தைப் பெறவைத்த அழகும் நோக்கத்தக்கது. இதனால் இடக்கரடக்கல் என்னும் இலக்கணம் அவரால் ஒருவகையில் பின்பற்றப்பட்டதாகவும் கருதலாம்.

இதைப்போலப் பிள்ளைமை இன்பத்தைப் பேசும் வேறொரு கவிதையைத் தமிழ் இலக்கியத்திலிருந்து எடுத்துக்காட்டுதல் இயலக் கூடியது அன்று. அந்த அளவு தாய்மையுணர்வும் கவிதைச் சுவையும் இழையோட ஆழ்வார் நெய்த அழகிய கவிதை இது.

கண்ணன் வளர்ந்து தளர்நடை நடந்து தாயை மெல்லவந்து அணைந்து கொள்ளும் பிள்ளைமைச் செயல்களை ஆழ்வார் இங்ஙனம் அனுபவித்தார். தளர்நடைப் பருவத்தைத் தாண்டி அவன் மேலும் வளர்ந்து குறும்புகள் செய்யத் தொடங்கிவிட்டான். அவன் இப்போது ஆய்ப்பாடி எங்கும் ஓடித்திரிகிறான். புழுதியாடி வருகிறான். அருகிலிருப்பாரை அப்பூச்சி காட்டி (பயம்காட்டி) அச்சுறுத்து கின்றான். கன்றுகள் ஓடும்படிச் செவியில் கட்டெறும்பைப் பிடித்து விடுகிறான். அவற்றின் வாலில் ஓலையையும் கட்டி விடுகிறான். அசோதை அவனுக்குக் காது குத்தவேண்டும் என்று நினைத்து அடைக்காய் திருத்திவைத்து அவனுக்காகக் காத்திருக்கிறாள். 'மாதவனே! இங்கே வாராய், விட்டுவே! இங்கே வாராய்' என்று அழைத்துப் பார்க்கிறாள். அவன் வந்தால்தானே! அவன் எளிதில் வரமாட்டான்

என்றறிந்த அசோதை, 'உன் மேற்குற்றமில்லை. தலைநிற்காத உன் குழந்தைமைப் பருவத்திலேயே உன் காதைப்பெருக்கியிருக்க வேண்டும். அப்படிச் செய்யாமல் விட்டது என்னுடைய குற்றமேயன்றோ?' என்கிறாள். அந்த முயற்சியில் தோற்ற அசோதை எண்ணெயையும் புளிப்பழத்தையும் எடுத்து வைத்துக்கொண்டு அவனை நீராட வருமாறு அழைக்கிறாள். அவனோ இங்குமங்குமாய ஓடித்திரிகிறான். 'நாரணா, நீராட வாராய்,' 'எம்பிரான், நீராட வாராய்!' என்று வாய் ஓயாமல் அழைக்கிறாள் அசோதை. இந்தச் சந்தர்ப்பத்தில் ஆழ்வார் தம் கிருஷ்ணானுபவத்தை அசோதை பாவனையில் வெளியிடும் சில பாசுரங்கள் அருமையானவை. கவிதைச்சுவையறிவார்க்குப் பெருவிந்தாக அமைந்தவை. அவற்றுள் ஒன்றிரண்டை இங்கு எடுத்துக்காட்டுவோம்.

பெண் ஒருத்தி - தன் திருமணத்திற்குப் பிறகு சுவைமிக்க உணவுப் பண்டங்களை - தான் உண்ணாமல் கணவனுக்கென்று, எடுத்துவைப்பது உலகவழக்கு. பிள்ளை பிறந்துவிட்டால், கேட்கவே வேண்டாம். பிள்ளையின் வாய்ச்சுவையை அறிந்து, தன் வாயையும் வயிற்றையும் கட்டிக்கொள்வாள். பெண்களின் இந்தத் தியாகத்தைச் சுட்டிக்காட்டும் முறையில் நாட்டார் வழக்கில் அமைந்த பழமொழி களும் உண்டு. வாழ்க்கையனுபவத்தின் அடியாகப் பிறப்பதுதானே பழமொழி! எனவே ஆழ்வாரும் அதனை அடியொற்றிப் பின்வருமாறு பேசுகிறார்.

கண்ணன் வளரவளரப் பால் தயிர் வெண்ணெய் ஆகியவற்றையே அவன் விரும்பியுண்கிறான் என்பது அசோதைக்குத் தெரிந்துவிட்டது. எனவே பிள்ளையின் சுவையறிந்த அந்தத்தாய் பால் முதலானவற்றைத் தான் உண்பதை நிறுத்தி விட்டாளாம். 'பிள்ளைக்கு வேண்டுமே' என்ற எண்ணத்தில் செய்த தியாகம்தான் அது. எனவே, 'கண்ணன் பிறந்தது முதலாக நான் அவற்றைக் கண்டறியேன்' என்கிறாள். இதனை வேறு எவர் முன்பாகவும் அவள் வெளிப்படுத்தவில்லை. அப்படிப் பலரறியச் சொன்னால் பெற்ற தாயே பிள்ளையைப் பழிப்பதாக உலகம் நினைக்குமன்றோ? அதனால் மற்றவர் எதிரில் இது பற்றிப் பேசமாட்டேன் என்கிறாள். அப்படியாயின் அசோதை இதனை எப்போது யாரிடம் சொன்னாள்? தன் மகனை நீராட அழைக்கையில் அவன் மட்டுமே கேட்குமாறு சொன்ன வாசகம்தான் இது.

"கறந்த நற்பாலும் தயிரும்
　　கந்துறி மேல்வைதத வெண்ணெய்
பிறந்ததுவே முதலாகப்

பெற்றறியேன், எம்பிரானே!
சிறந்த நற்றாய் அலர் தூற்றும்
என்பதனால் பிறர் முன்னே
மறந்தும் உரையாட மாட்டேன்,
மஞ்சனம் ஆடநீ வாராய்!" (2-4-7)

அசோதைக்குத் தான், தன் பிள்ளைமீது எத்தனை அன்பு! எத்தனை கரிசனம்!

அதே பிள்ளைப்பாசத்தால் உயிருக்கும் அஞ்சாமல் பிள்ளைமீது பரிவு கொள்வதை ஒரு பாசுரம் தெளிவாக எடுத்துக்காட்டுகிறது.

ஒருமுறை கஞ்சனது வஞ்சனையால் நள்ளிருளில் வந்த பூதனையென்னும் பேய்ச்சி குழந்தைக் கண்ணனை எடுத்துத் தாய்போல ஒக்கலில் வைத்து 'பால்உண்' என்று நச்சுமுலையை உண்ணக்கொடுத்தாள். கண்ணனும் முலை உண்பது போலே முனிந்து அவளது உயிரை உண்டான். பேய்மகள் அலறிக்கொண்டே மண்ணில் விழுந்து மாண்டாள். இக்காட்சியைக் கண்ட ஆயரும் ஆய்சியரும் அஞ்சி நின்றனர். அப்போது அங்கு வந்த அசோதை, மலைபோலப் பேய்ச்சி மாண்டு கிடப்பதையும், தன் குழந்தை அவளருகே விளையாடிக்கொண்டு இருப்பதையும் பார்த்து அச்சமோ தயக்கமோ கொள்ளாமல் கண்ணனை நோக்கி ஓடினாள். பிள்ளையை ஆர்வத்துடன் அணைத்தெடுத்துத் தன் முலைப்பாலை உண்ணக்கொடுத்தாள். அங்குக் கூடிநின்ற ஆய்ச்சியரெல்லாரும் அவளைத் தடுத்து, 'போகாதே' என்று கூக்குரல் எழுப்பிக் கதறியும் அவள் அதைக் காதில் வாங்கிக்கொள்ளவில்லை. கண்ணனிடத்து அவள் கொண்டிருந்த அன்பின் திறம் அவளை அவ்வாறு செயல் படச் செய்தது.

கண்ணனை நீராட அழைக்கும் அசோதை இந்தப் பழைய நிகழ்ச்சியை நினைத்துப் பார்க்கிறாள்.

"பேய்ச்சி முலை உண்ணக்கண்டு
பின்னையும் நில்லாது என்நெஞ்சம்,
ஆய்ச்சியர் எல்லாரும் கூடி
அழைக்கவும் நான்முலை தந்தேன்." (2-4-3)

அசாதாரணமான சூழ்நிலையில் அஞ்சி விலகியோட வேண்டியதிருக்க, அவ்வாறு செய்யாமல் - மலைபோல் இறந்துகிடக்கும் பூதனைக்கு அருகில் சென்று கண்ணனுக்குப் பாலூட்டுகிறாள் அசோதை. அவனுக்குப் பால்கொடுத்த பேய்ச்சி பட்ட பாட்டைப் பார்த்தும் தானும் அப்பாடு படவேண்டியிருக்குமோ என்ற அச்சமோ

ஐயமோ அவளுக்கு வரவே, இல்லை. அந்நிலையிலும் நேசத்தால் நெஞ்சம் தரிக்கமாட்டாமல் கண்ணனுக்குப் பரிவுகாட்டிய அசோதை யின் பேரன்பை அழகாகச் சித்திரிக்கிறது இப்பாசுரம்.

இங்ஙனம் பிள்ளைமீது அவள் கொண்ட அன்பை நினைந்து, 'இப்படியும் பரிவுடையவளாய் ஒருத்தி இருப்பதே' என்று பேயாழ்வாரும் வியந்து போற்றுவார்.

"பேய்ச்சி பால் உண்ட பெருமானைப் பேர்ந்தெடுத்து
ஆய்ச்சி முலைகொடுத்தாள் அஞ்சாதே"

என்பது அப்பாசுரம். 'அஞ்சி மயங்கி விழவேண்டியிருக்க - சிறிதும் பயப்படாமல் அவள் கொடுத்து அவனுண்ட விஷப்பாலுக்கு முறிவாகத் தன்னுடைய அமுதப்பாலைக் கொடுத்தாள் அசோதை' என்று வியப்படைகிறார் அவர். இங்ஙனம் ஒரே செயல் குறித்துக் கவிக்கூற்றாக அமைந்த பேயாழ்வார் பாசுரத்தையும் அசோதையின் பேச்சாகவே அமைந்த பெரியாழ்வார் பாசுரத்தையும் அருகருகே வைத்துப் படித்துப் பாருங்கள்! பெரியாழ்வார் பாசுரத்தில் பரிவு வெள்ளமிடுவது சொல்லாமலே விளங்கும்.

அசோதையின் அஞ்சாவை அவளது பரிவுக்கு அடையாள மானதைக் கண்டோம் இனி, அவள் காட்டிய அச்சமும் கண்ணனிடத்து அவள் கொண்ட பரிவுக்கே அடையாளமாவதைக் காண்போம்.

கம்சனது ஏவலால் கள்ளச்சகடமாகிவந்த அசுரனைத் தன் பிஞ்சுக் கால்களால் உதைத்து அழித்தான் கண்ணன். இது நிகழ்ந்த போது அங்குக்கூடி நின்ற ஆயர்கள் எல்லாரும் கண்ணனுக்கு என்னாகுமோ என்று அஞ்சி நின்றனர். அக்கூட்டத்தினருள் ஒருத்தியாக அசோதையும் பப்புடன் அங்கே நின்று கொண்டிருந்தாள். பஞ்சலட்சம் குடியைச் சேர்ந்த ஆயர்களின் அச்சத்தை யெல்லாம் ஒன்றுதிரட்டிப் பார்த்தாலும் அது, அசோதை ஒருத்தி அடைந்த அச்சத்துக்கு ஈடாகாதாம். பெற்றவளுக்குத்தானே பிள்ளையின் அருமை தெரியும்? பிள்ளைக்கு வந்த இடர் கண்டு மற்றவர் துடித்தாலும் அது பெற்றவளின் பதைப்புக்கும் துடிப்புக்கும் இணையாகாது என்பதை யார்தாம் மறுப்பர்? அசோதையின் கூற்றில் அவளது பயத்தையும் பதைப்பையும் ஆழ்வார் எப்படி வெளியிடு கிறார் பாருங்கள்!

"கஞ்சன் தன்னால் புணர்க்கப்பட்ட
கள்ளச் சகடு கலக்கழிய,
பஞ்சியன்ன மெல்லடியால்
பாய்ந்தபோது நொந்திடும் என்று

> அஞ்சினேன்காண்; அமரர் கோவே!
> ஆயர்கூட்டத்து அளவன்றாலோ!
> கஞ்சனை உன் வஞ்சனையால்
> வலைப்படுத்தாய்! முலைஉணாயே!"   (2-2-4)

இதுபோலக் கண்ணன் அச்சமின்றிச் செய்த செயல்களால் தனக்கு அச்சமே மேலிட்டதை அசோதை வெளியிடும் பாசுரங்களும் உண்டு.

கஞ்சன் ஏவிவிட்ட அசுரர்கள் படைபடையாக வந்து குழந்தைக் கண்ணனைக் கொல்லப் பார்க்கின்றனர். ஆனால் கண்ணனோ அவர்களைக்கொன்று, தான் உயிர் பிழைத்து நிற்கிறான். கண்ணனுக்கு ஆபத்து இல்லை என்றாலும் நாள்தோறும் நடக்கும் இத்தகைய செயல்களால் அசோதையின் வயிறு மறுகுகின்றது. ஒருமுறை காளியன் என்னும் நாகத்தை அதன் வாயிலே இரத்தம் கக்கும்படி அடக்கி அதன்மீது கண்ணன் நர்த்தனம் செய்து நின்றான். அக்காட்சியைக் காணநேர்ந்த அசோதை உயிர் தரித்திருக்கப் பட்டபாடு பகவானுக்கே தெரியும். 'இனியும் இதுபோல உனக்கு வரும் ஆபத்துகளைக் கண்டால் நான் பிழைத்திருப்பேனா? உன்னைக் கொல்வதற்கென்றே தக்க சமயம் பார்த்திருக்கிறான் கஞ்சன். அந்தத் தீய புந்திக் கஞ்சனின் மனமகிழும்படி அவனுக்கு உகப்பான காரியங்களையே செய்து திரிகின்றாய்! என்சொற்கேளாமல் காடு மேடெல்லாம் சுற்றித் திரிகின்றாயே! அதனால் உனக்கு என்ன தீங்கு நேருமோ என்று நான் கணம் தோறும் செத்துப்பிழைக்கிறேன். இப்படி என்னை வயிறு பிடிக்கச் செய்வதனால் நீ பெறும் பேறுதான் என்ன?' என்று வருந்துகிறாள் அசோதை. அவளின் வருத்தத்தை வெளியிடும் பாசுரம் இதோ!

> "அஞ்சுடர் ஆழிஉன் கையகத்து ஏந்தும்
> அழகா! நீ பொய்கை புக்கு
> நஞ்சுமிழ் நாகத்தினோடு பிணங்கவும்,
> நான் உயிர் வாழ்ந்திருந்தேன்;
> என்செய்ய என்னை வயிறு மறுக்கினாய்?
> ஏதும் ஓர் அச்சம் இல்லை;
> கஞ்சன் மனத்துக்கு உகப்பனவே செய்தாய்,
> காயாம்பூ வண்ணம் கொண்டாய்!"   (3-3-6)

ஒருமுறை கஞ்சன் ஏவலால் வந்த அசுரர்களுள் ஒருவன் விளமரமாகி நின்றான். கண்ணன் கன்றாகி நின்ற கள்ள அசுரனைத் தன்சிறு கைகளினாலே மெள்ளப் பிடித்து விளமரத்தின் மீது எறிந்து அவ்விருவரையும் கொன்று தீர்த்தான். செய்திகேட்ட அசோதை திடுக்கிட்டாள். ஒருபுறம் மகன் பிழைத்தானே என்ற மகிழ்ச்சி.

கிருஷ்ணாநுபவம் 59

மறுபுறம் கஞ்சனாலும் அசுரராலும் ஏற்பட்ட வயிற்றெரிச்சல், கஞ்சன் கண்ணனைக் கொலல நாள்குறித்துக்கொண்டு திரிகிறான். அவள் பிள்ளையோ தாய்சொற் கேளாதவனாய் இருக்கிறான். பாவம், பெண்பிள்ளையான அசோதை என்ன செய்வாள்? தீங்கு நினைந்த கஞ்சனுக்கும் அதனைச் செயலாக்க முன்னின்ற அசுரர்க்கும் எதிராக அவளால் என்னதான் செய்துவிட முடியும்? இருந்தும் தாயுள்ளம், வழியில்லை என்று சும்மா இருந்துவிடுமா? 'விளவாகவும் கன்றாகவும் வந்த அவ்வசுரர்கள் இருவரும் மடிந்தார்கள்' என்பது கேட்ட அசோதை என்ன செய்கிறாள் பாருங்கள்! 'என்பிள்ளைக்குத் தீங்கு நினைப்போர் அவ்விளவும் கன்றும் போலே அழிந்து போவார்கள்' என்று கைநெரித்துச் சாபமிடுகிறாள். ஆற்றாமை மிகுந்த பெண்ணால் வேறு என்ன செய்யமுடியும்? இத்தகையதொரு செயலை இன்றும் பெண்களிடத்தே காணலாம்.

"பன்றியும் ஆமையும் மீனமும் ஆகிய
பாற்கடல் வண்ணா! உன்மேல்
கன்றின் உருவாகி மேய்புலத்தே வந்த
கள்ள அசுரர் தம்மைச்
சென்று பிடித்துச் சிறுக்கைகளாலே
விளங்காய் எறிந்தாய் போலும்;
என்றும் என்பிள்ளைக்குத் தீமைகள் செய்வார்கள்
அங்ஙனம் ஆவர்களே!" *(3-3-7)*

இப்பாசுரங்களில் பூதனைவதம், சகடம் உதைத்தது, காளிங்க நர்த்தனம், விளவெறிந்தது முதலான கிருஷ்ணாவதார நிகழ்ச்சிகள் இடம்பெறுகின்றன. இவைபோன்ற தொல்மரபுக் கதைகளால் *(Myths)* கவிதையைச் சிறைப்படுத்தியவர்கள் உண்டு; கிருஷ்ணனைப் போன்ற இதிகாச நாயகர்களைப் பாடும் போது தொல்மரபுக் கதைகளை முற்றாகப் புறக்கணித்து விட முடியாது. அக்கதைகளின் வழியாகவே சிலசமயம் அவர்களின் குணச்சித்தரத் துக்கு ஒளியூட்டிக் காட்டவும் வேண்டும். ஆழ்வாரைப் போன்ற வித்தகர்கல்லால் மற்றையோருக்கு இது, அரிதாகும். பல பாசுரங்களில் கண்ணனைப் பற்றிய தொல்மரபுக் கதைகளைப் புறக்கணிக்காமலேயே தம் பக்திச்சிறப்பையும் கவித்திறத்தையும் ஒருசேரப் புலப்படுத்தியிருக்கிறார் பெரியாழ்வார். அவற்றைத் திரைச் சீலையாகக் கொண்டே - தம் தாய்மைப்பாசம் துலங்க வகைவகையான வண்ண ஓவியங்களை அவர் வரைந்து காட்டியிருக்கிறார். நாம் இதுவரை காட்டிய பாசுரங்களால் இதனை எளிதில் உணரலாம்.

மற்றொன்றையும் நாம் மறத்தலாகாது. தெய்வக் குழந்தையைப்

பாடுகிற சாக்கில் யதார்த்தத்தை விட்டு ஆழ்வார் விலகிச் சென்று விடவில்லை. தம் பாசுரங்களில் கண்ணனைப் பற்றிய இதிகாச புராணக்கதைகளை இடம்பெறச் செய்ததன் மூலம் உலகியலுக்கு அப்பாற்பட்ட வகையில் பிள்ளைப்பருவம் பற்றிய வருணனைகளை அவர் அமைத்துவிடவும் இல்லை. தொல்மரபுக் கதைகளின் ஊடே குழந்தைக் கண்ணனை நாயகனாகக்கொண்டு உண்மையான குழந்தைகளின் உலகமே சித்திரிக்கப்படுகிறது என்பார் விரஹ பக்தி நூலாசிரியர் பிரெட்ஹெறல்ம் ஹார்டி. அக்கருத்தும் இங்கே எண்ணிப் பார்க்கத்தக்கது.

பொதுவாகத் தாய்மார் இருவகையான நிலைகளுக்கு ஆளாவதுண்டு. ஒன்று பெருமிதம்; மற்றொன்று பிள்ளையின் தீம்புகளால் ஏற்படும் சினம் அல்லது சலிப்பு. 'அரிசினத்தால் ஈன்றதாய் அகற்றிடினும்' என்னும் பெருமாள் திருமொழியில் பிள்ளை மீது தாய்க்கு ஏற்படும் கோபம் பற்றிக் கூறுவார் குலசேகராழ்வார். அசோதையாக மாறிய பெரியாழ்வார் கண்ணனின் தீம்புகளால் கோபம் கொள்ளும் இடமும் உண்டு; கண்ணனைக் குறித்துப் பெருமிதம் கொள்ளும் இடமும் உண்டு.

> "பொருள்தாயம்இலேன், எம்பெருமான்! உன்னைப்
> பெற்ற குற்றம் அல்லால்" (3-1-7)

என்கிறாள் ஓரிடத்தில், ஆனால் நீர்கிழிய எய்த வடுப்போலச் சிறிது நேரத்தில் அந்தக் கோபம் மறைந்துவிடுகின்றது.

> "ஞாலத்துப புத்திரனைப் பெற்றார், நங்கைமீர்!
> நானேமற்று ஆரும் இல்லை" (3-3-1)

என்று விம்மிதம் கொள்கிறாள் அவள்.

இங்ஙனம் பிள்ளையின் மீது பேரன்பு காட்டும் அசோதை மற்றவர்கள் தன் பிள்ளை மீது கூறும் குற்றச்சாட்டுகளை உடன் படுவாளா? 'செவிகைப்பச் சொல்லும்' வார்த்தைகளைக் கேட்டுப் பொறுத்துக் கொள்வாளா?

'அம்மா, அசோதை! உன் பிள்ளை செய்த காரியத்தைக் கேளாய்! எங்கள் வீட்டிலிருந்த வெண்ணெயையெல்லாம் திருடி உண்டான். அத்துடன் நின்றானா? அந்த வெறுங்கலத்தையும் கல்லிலே இட்டு உடைத்தான். அஃதுடைந்தபோது உண்டான ஓசையைக் கேட்டு, 'ஓசை நன்றாயிருக்கிறது' என்று நகைத்து நிற்கிறான். இவன் செய்யும் தீம்புகளை எங்களாற் பொறுத்துக்கொள்ள முடியவில்லை. புண்ணிலே புளிச்சாற்றைப் பிழிவது போன்ற தீமைகள் அவை.

அப்படிப்பட்ட தீம்புகளை ஒவ்வொரு வீட்டிலும் செய்து திரிகிறான். அவனைத் தடுக்க எங்களால் ஆகவில்லை அம்மா! ஆகையால் அசோதையே! உன் பிள்ளையைக் கூவியழைத்துத் தீம்பு செய்யாதபடி உன் வீட்டிலேயே வைத்துக்கொள்வாயாக!' கண்ணனைப் பற்றிய -ஆய்ச்சி ஒருத்தியின் முறையீடு இது.

'அசோதாய்! உன் பிள்ளையோ செல்லப்பிள்ளை. வசதிக்குறைவு காரணமாக இக்காரியங்களைஅவன் செய்யவில்லை. செல்வச் செருக்கினாலன்றோ செய்கிறான்? 'நாம் இதைச் செய்தால் நம்முடைய செல்வத்துக்கும் குடிப்பிறப்புக்கும் இது தகுமோ?' என்றும் இவன் சிறிதும் எண்ணிப்பார்ப்பதில்லை. தவிரவும் இப்படித் தீம்பு செய்வதே தனக்குப் புகழ் எனவும் நினைக்கிறான். இவன் சற்றுமுன் எங்கள் வீட்டிற்குவந்து வெண்ணெயைச் சிறிதும் மிஞ்சாதபடி உறிஞ்சிப் பாத்திரத்தையும் உடைத்துப் போட்டான். இப்படி உன் வீட்டருகே இருக்கின்ற எங்களுக்குத் தீம்பு செய்யும்படி உன் பிள்ளையை விடுவதுதான் உனக்கு நியாயமோ? ஆகையால் உன் பிள்ளையை அழைத்து உன் பக்கத்தில் வைத்துக்கொள். இல்லையேல் நாங்கள் இங்குக் குடியிருக்கவே முடியாது' என்றாள் ஒருத்தி.

மற்றொருத்தியின் குற்றச்சாட்டு இதோ!

'அசோதை நங்காய்! இலட்டு, சீடை, எள்ளுருண்டை ஆகிய இவற்றைச் செய்து பாத்திரங்களில் நிறைத்து உறிமேல் வைத்துவிட்டு, 'இது என் வீடுதானே! ஆகையால் இங்குப் புகுவார் இல்லை' என்று நினைத்துக் காவலிடாமல் நான் வெளியேபோய்விட்டேன். இவனோ வீட்டிற்கு உரியவன் போல் உள்ளே நுழைந்து அப்பண்டங்கள் ஒன்றுகூட மிச்சமில்லால் அனைத்தையும் உண்டுவிட்டான். அதன் பின்னரும், 'வீட்டில் எங்கேனும் வெண்ணெய் உண்டோ?' என்று தேடிப் பார்க்கின்றான். எனவே உன் மகனை நீ அழைத்துக் கொவ்வாயாக!"

இப்படிக் கண்ணன் மேற் சுமத்தும் குற்றச்சாட்டுகள் மேலும் தொடர்கின்றன. அவர்களின் முறையீட்டை யெல்லாம் எரிச்சலோடு கேட்டுக்கொண்டிருந்தாள் அசோதை. தன் மகன்மீது அவர்கள் வேண்டுமென்றே பழிப்புகள் சொல்லுவதாகத் தோன்றியது அவளுக்கு தன் மகனைக் குறை சொன்னவர்கள்- என்ற கோபத்தில் தனக்கு உறவினர்களான ஆய்ச்சியரை அவள், 'அசலகத்தார்' என்றும் 'நேசமிலாதார்' என்றும் 'தூசனம் சொல்லும் தொழுத்தைமார்' என்றும் சுட்டுகின்றாள். ஆயினும் அவர்களது குற்றச்சாட்டை மறுத்துரைக்காமல், 'அசோதை நங்காய்! உன் மகனைக் கூவாய்' என்று ஆய்ச்சியர்கள் கூறியதற்கேற்பக் கண்ணனைத் தன்னிடத்தே வந்துவிடுமாறு கூவியழைக்கின்றாள்.

"அஞ்சனவண்ணா! அசலகத்தார்
பரிபவம் பேசத் தரிக்க கில்லேன்;
பாவியேனுக்கு இங்கே போதராயே!"   (2-9-2)

(பரிபவம்-துன்பச்சொல்; தரிக்க கில்லேன் - பொறுத்துக்கொள்ள முடியவில்லை; போதராய் - வாராய்)

"போதர் கண்டாய்; இங்கே போதர் கண்டாய்;
போதரேன் என்னாதே போதர் கண்டாய்
ஏதேனும் சொல்லி அசலகத்தார்
ஏதேனும் பேச நான் கேட்கமாட்டேன்;
கோதுகலம் உடைக் குட்டனேயோ!
குன்றெடுத்தாய்! குடமாடு கூத்தா!
வேதப்பொருளே! என்வேங்கடவா!
வித்தகனே இங்கே போதராயே!"   (2-9-6)

(போதர் கண்டாய்- விரைந்து ஓடிவா; போதரேன்என்னாது - வரமாட்டேன் என்று சொல்லாமல்; கோதுகலம் - கொண்டாட்டம்; குட்டன்- பிள்ளை)

"கேசவனே! இங்கே போதராயே!
கில்லேன் என்னாது இங்கே போதராயே!
நேசம்இலாதார் அகத்து இருந்து
நீவிளையாடாதே, போதராயே!
தூசனம் சொல்லும் தொழுத்தைமாரும்
தொண்டரும் நின்ற இடத்தில் நின்று
தாய்சொல்லுக் கொள்வது தன்மம் கண்டாய்,
தாமோதரா! இங்கே போதராயே!"   (2-9-8)

(போதராய்- வருவாயாக; கில்லேன் என்னாது - 'மாட்டேன்' என்று மறுத்துச சொல்லாமல்; தூசனம் - பழிப்பு; தொழுத்தைமார் - இடைச்சிகளுக்கு அடிச்சிகளானோர்; தொண்டர் - இடையர்க்கு அடியவர்)

இப்படி, 'கண்ணா வந்துவிடு' என்று அவள் அழைப்பதாகவுள்ள சில அடிகளைக் கவனித்தால் ஆய்ச்சியரின் முறையீட்டை அவள் ஒரு பொருட்டாகவே மதிக்கவில்லை என்பது புலப்படும்.

'அஞ்சனவண்ணா! உன்னைப் பிறர் பழித்துச் சொல்லும் துன்பச் சொல்லை என்னால் காதுகொடுத்துக் கேட்க முடியாது. ஆகவே பிறர் எதுவும் சொல்வதற்கு இடம் அளிக்காதபடி இங்கே வந்துவிடு.'

'ஆய்ச்சியர்கள் உன்மீது இல்லாத - பொல்லாத பழிப்புரைகளைச் சொல்லுகிறார்கள். பொருளற்ற குற்றச்சாட்டுகள் அவை. அவர்கள்

'ஏதேனும் சொல்ல - ஏதேனும் பேச' நான் அவற்றைக்கேட்டு எப்படிப் பொறுத்துக் கொண்டிருக்க முடியும்? ஆகவே, வந்துவிடு.'

'அவர்களுக்கு உன் மீது நேசமிருந்தால் இப்படிச் சொல்லு வார்களா? உகவாதார் சொல்லும் குறைபாடு இது. நேசமில்லாதவரின் வீட்டிலிருந்து விளையாட வேண்டாம். எனவே தாமோதரா இங்கே வந்துவிடு.'

இவ்வகையான பாவத்தில்தான் அசோதை தன் மகனைத் தன் அருகே வரும்படி அழைக்கிறாள். தன் மகன் குற்றமற்றவன் என்பதை வெளிப்படச் சொல்லாமல் - அவன் ஆய்ச்சியரால் பழிக்கப்படுவதைக் குறிப்பாக மறுத்துரைக்கிறாள். அவள் தன் பிள்ளை மீது கொண்ட ஆராக்காதலானது அவனது குற்றங்களையெல்லாம் அவள் கண்ணுக்குத் தோன்றாவண்ணம் மறைத்துவிடுகின்றது. எந்தத் தாய்தான் தன்மகனின் தவறுகளை உடன்பட்டு ஏற்றுக்கொள்வாள்? அசோதையும் அத்தகைய மனநிலையில்தான் இருக்கிறாள். ஆயினும் ஆய்ச்சிய ரெல்லாரும் திரளாளக்கூடி வந்து கண்ணனைப் பற்றிக் குறைகூறியபோது, 'கண்ணன் குற்றமற்றவன்' என்று அவளால் மறுத்துப் பேசமுடியவில்லை. மற்ற ஆய்ச்சியருக்கு முன்னால் தன் பிள்ளையின் தவறுகளை உடன்பட்டவள் போல,

> **"கொண்டல்வண்ணா! இங்கே போதராயே!**
> **கோயிற்பிள்ளாய்! இங்கே போதராயே!"** *(2-9-4)*

என்று அழைக்கிறாள். ஆயினும் தன் மகன் தவறு செய்யாதவன்; தீம்பு என்றால் இன்னது என்றே தெரியாதவன் என்று அவள் அடிமனத்தில் இருந்து கருத்து, பிறிதோர் இடத்தில் வெளிப்படக் காண்கிறோம்.

இரண்டாம்பத்து எட்டாம் திருமொழியில் அந்திப்பொழுதில் காப்பிடுவதற்காகக் கண்ணனை அழைக்கிறாள் அசோதை.

> **"பல்லாயிரவர் இவ்வூரில்**
> **பிள்ளைகள் தீம்புகள் செய்வார்,**
> **எல்லாம் உன்மேலன்றிப் போகாது;**
> **எம்பிரான்! நீ இங்கே வாராய்;**
> **நல்லார்கள் வெள்ளறை நின்றாய்!**
> **ஞானச்சுடரே! உன்மேனி**
> **சொல்லார வாழ்த்திநின் றேத்திச்**
> **சொப்படக் காப்பிட வாராய்!"**

(சொப்பட - நன்றாக.)

'பஞ்சலட்சம் குடியுள்ள இவ்வூரில் தீம்பு செய்யும் பிள்ளைகள் பல்லாயிரம் பேர் உள்ளனர். அவர்கள் செய்யும் தீம்புகள் எல்லாம்

உன் மேலன்றி வேறு ஒருவர் மேலும் ஏறாது. யார் தீம்பு செய்தாலும் கண்ணன் செய்தான் என்று உன்மேல் ஏற்றிச் சொல்லுவதும் ஊர்ப்பிள்ளைகளின் வழக்கமாகி விட்டது. ஆதலால் ஊராரும் உன்னையே தீம்பன் என்று நம்பிவிடுகின்றனர். நல்லார்கள் வெற்றறை நின்ற ஞானச்சுடரே! நீ ஊருக்கு எப்படிப்பட்டவன் ஆயினும் எனக்கு நல்லவன் அல்லனோ?' என்று அசோதையைப் பேசவைக்கிறார் ஆழ்வார். தன் பிள்ளையின் குற்றத்தைக் காணாத தாய்ப்பாசத்தை இதைக் காட்டிலும் சிறப்பாக எப்படி வெளியிட முடியும்?

இவ்விடத்தில் நம்பிள்ளை கூறும் உரைநயம் ஒன்றும் கட்டிக் காட்டத்தக்கது.

'கூனே சிதைய உண்டைவில் நிறத்தில் தெறித்தாய் கோவிந்தா!' என்பது திருவாய்மொழி (1-5-5). கூனியின் முதுகில் உண்டைவில் கொண்டு அடித்தவன் இராமன். ஆயினும் அச்செயலை இராமன் மேல் ஏற்றுதற்கு மனமின்றிக் 'கோவிந்தா' என்று கிருஷ்ணன் மேல் ஏற்றுகிறார் நம்மாழ்வார். தீம்பு சேர்வது கிருஷ்ணனுக்கே ஆகையாலே அவன் தலையிலே ஏறிட்டுச் சொன்னதாகக் கூறுவர் நம்பிள்ளை. மேலே நாம் குறித்த பெரியாழ்வாரின் பாசுரத்தை நினைந்து சொன்ன உரை விளக்கம் இது.

புண்ணியற் புளி பெய்தாற் போன்ற தீம்புகளை வீடுதோறும் செய்து திரிகிறான் கண்ணன் என்பது ஆய்ப்பாடிப் பெண்களின் குற்றச்சாட்டு. அவர்களின் கூற்றை ஏற்காதவள் போல அசோதை வெளியிற் காட்டிக்கொண்டாலும் அவளின் தாயுள்ளம் மகனின் தீம்புகளை ரசிக்கவே செய்கிறது.

"எண்ணெய்க் குடத்தை உருட்டி
இளம்பிள்ளை கிள்ளி எழுப்பிக்
கண்ணைப் புரட்டி விழித்துக்
கழகண்டு செய்யும் பிரானே!" (2-4-6)

(கழகண்டு - பொறுக்கமுடியாத தீம்பு.)

தன் மகன் பொறுக்கமுடியாத தீம்புகள் செய்பவன் என்பதை மற்றவர் முன்னிலையில் ஏற்க மனமில்லாதவள் அசோதை. ஆயினும் தானும் தன் மகனுமாக இருக்கையில் நான்கு சுவர்களுக்கு நடுவில் அவள் ஒத்துக்கொண்ட உண்மை இது.

ஒருவழியாக ஊரார் சொல்லும் பரிபவம் கேட்டுப் பொறுக்க மாட்டாமல் கண்ணனைக் கன்றின்பின் போக்கிவிட்டாள் அசோதை. காட்டின் வன்மையையும் அவனது மென்மையையும் நினைக்க நினைக்க வருத்தமே மேலிடுகிறது அவளுக்கு. அவள் மனம்கரைந்து,

'குடையும் செருப்பும் கொடாதே அனுப்பினேன்; அருமருந்தான அவன் ஆநிரை மேய்க்கப்போய்விட்டான். பொன்அடி நோவ, என் இளஞ்சிங்கத்தைக் கானில் போக்கினேன், எல்லே பாவமே' என்று இரங்கினாள். இந்த இரக்கத்தினூடே கண்ணன் காட்டிற்குப் போகாமல் பாடியிலேயே இருந்திருந்தால் என்னென்ன செய்வான் என்றும் அவள் நினைத்துப் பார்த்தாள். அவளின் நெஞ்சில் ஓடிய காட்சிகள் இவை.

'மனைகள்தோறும் சுற்றுவான்; பாவை மாரொடும் பற்று மஞ் சள்பூசித் திரிவான்; அவர்தம் சிற்றிலைச் சிதைத்து அழிப்பான். எங்கும் தீமைகள் செய்து திரிவான்; நன்மணி மேகலை நங்கைமாரோடும் புழுதியாடி மகிழ்வான்; ஆயர் பெண்டிர்க்கு அணுக்கனாய்க் கொவ்வைக் கனிவாய்கொடுத்து 'உன்னைத்தவிர வேறு பெண்ண அறியேன்' என்று கூழைமை செய்வான். மிடறு மெழுமெழுத்தோட வெண்ணெய் விழுங்குவான்; படிறுபல செய்து இப்பாடியெங்கும் திரிவான். ஆய்ப்பாடி மாதர் வந்து அலர் தூற்றிடத் துள்ளி விளையாடித் தோழரோடும் திரிவான்.'

இங்ஙனம் பட்டிக்கன்றாய் மனைகள்தோறும் சுற்றித் திரியாமல் அவனைக் கொடிய காட்டிற்கு அனுப்பினேனே! குடையும் செருப்பும் கூடக் கொடுத்தேன் இல்லையே! பாவி நான் எத்தகைய புன்மைச்செயல் செய்தேன்- என்று வருந்துகிறாள் அசோதை. இதைத் தெரிவிக்கும் பாசுரங்கள் பிள்ளைப் பாசத்தின் பிழிவாய் அமைந்தவை என்று கூறுதல் தவறாகாது. கிருஷ்ணாவதார காலத்தில் கண்ணன் மாடுமேய்க்கக் கானகம் சென்றபோது, 'அசோதை குடையும் செருப்பும் கொடுத்தாளோ இலலையோ?' என்று வருந்தி அவ்வருத்தமெல்லாம் தீரத் தாமே அசோதையாக மாறி நிற்கும் ஆழ்வாரின் கிருஷ்ணாநுபவமே இந்தப் பாசுரங்கள் எனலாம். அவற்றுள் சிலவற்றைக் கீழே காண்க!

"அஞ்சன வண்ணனை ஆயர்கோலக் கொழுந்தினை
மஞ்சனம் ஆட்டி மனைகள்தோறும் திரியாமே,
கஞ்சனைக் காய்ந்த கழலடி நோவக் கன்றின்பின்
என்செயப் பிள்ளையைப் போக்கினேன்? எல்லே பாவமே!"

"பற்று மஞ்சள்பூசிப் பாவைமாரொடு பாடியிற்
சிற்றில் சிதைத்து எங்கும் தீமை செய்து திரியாமே,
கற்றுத் தூளியுடை வேடர் கானிடைக் கன்றின்பின்
எற்றுக்கு என் பிள்ளையைப் போக்கினேன்? எல்லே பாவமே!"

"மிடறு மெழுமெழுத்தோட வெண்ணெய் விழுங்கிப்போய்ப்
படிறு பலசெய்து இப்பாடியெங்கும் திரியாமே,
கடிறு பல திரிகான் அதரிடைக் கன்றின்பின்
இடற என்பிள்ளையைப் போக்கினேன்; எல்லே பாவமே!"

"குடையும் செருப்பும் கொடாதே தாமோதரனை நான்
உடையும் கடியன ஊன்றுவெம் பாற்கள் உடைக்
கடியவெங்கானிடைக் கால்அடிநோவக் கன்றின்பின்
கொடியென் என் பிள்ளையைப் போக்கினேன்; எல்லே பாவமே!"

(எல்லே பாவமே - என்னே நான் செய்த பாவம்; பற்றுமஞ்சள்-திருவாய்ப்பாடிப் பெண்கள் குளிப்பதற்காகப் பயன்படுத்தும் மஞ்சளை 'இது பற்றும், பற்றாது' என்று அறிவதற்காகக் கண்ணனுடைய கரிய மேனியிற் பூசிப் பார்ப்பார்களாம். அதுவே இங்குப் பற்று மஞ்சள் எனப்பட்டது. கற்றுத்தூளி-கன்றுகளால் காட்டில் எழும் தூளி; புழுதி. எற்றுக்கு - எதற்காக. மிடறு - தொண்டை. மெழுமெழுத்து ஓட - வெண்ணெய் விழுங்கும்போது அது மெழுமெழுவென்று ஓடும்படி; கடிறு-களிறு, யானை; உடையும் கடியன - சூரியனது வெப்பத்தால் உடைந்து கூரியனவாய்க் கிடக்கும் கற்கள்.)

தம் பிள்ளைகளிடத்துத் தாய்மார் கொள்ளும் உகப்பினை ஆழ்வார் வெளியிடும் பாசுரம் ஒன்று உலகியலுக்குப் பொருநதுவதாய் அமைந்திருப்பதைக் காண்போம்.

மாட்டுத்தொழுவத்திற் புகுந்து புழுதியாடி அழுக்குடம்புடன் காட்சியளிக்கிறான் கண்ணன். ஆயினும் அவனது மேனி பொன்னுக்குப் புழுதியேறினாற் போலத் தோன்றுகிறதாம் அசோதைக்கு. அக்கோலத்தில் அவனைப் பார்ப்பதிலும் அவளுக்கு விருப்பமே. ஆயினும் பார்த்தவர்கள் என்ன சொல்லுவார்கள்? 'இவள் பிள்ளை வளர்க்கும் அழகைப்பார்' என்று பழிக்கமாட்டார்களா? ஆகவே புழுதி போகும்படி கண்ணனை நீராட்டத்திற்கு அழைக்கின்றாள் அசோதை. அப்போது அவள் கண்ணனைப் பார்த்துச் சொன்னது இதுதான்.

"பூணித் தொழுவினிற் புக்குப்
புழுதி அளைந்த பொன்மேனி
காணப் பெரிதும் உகப்பன்,
ஆகிலும் கண்டார் பழிப்பர்;
நாண் இத்தனையும் இலாதாய்!
நப்பின்னை காணிற் சிரிக்கும்;
மாணிக்கமே! என்மணியே!
மஞ்சனம் ஆட நீ வாராய்!" (2-4-9)

(பூணித்தொழு - பசுக்களைக் கட்டிவைக்கும் தொழு)

வெட்கமின்றித் தாம் விரும்பியதையே செய்து திரியும் ஆண்களிடம் பிறர் கேலி பேசுவார்களே என்று நினைவூட்டி - தவற்றைத் திருத்திக்கொள்ளுமாறு செய்வது உண்டு. குறிப்பாக அவர்களைப் பொறுத்தவரை பெண்களின் கேலிச் சிரிப்பை நினைவூட்டுவது பலனளிக்கும். 'வெட்கம் கெட்டவன்'(கணைகேடன்) என்ற பெயர் கண்ணனுக்கு உண்டு. இப்பாசுரத்தில் இடம்பெறும் 'நாண் இத்தனையும் இலாதாய்' என்பதால் அதனை உணர்த்துவார் பெரியாழ்வார். அங்ஙனம் வெட்கங்கெட்டவனை என்ன சொல்லித் திருத்தலாம்? பெரியாழ்வார். அங்ஙனம் வெட்கங் கெட்டவனை என்ன சொல்லித்திருத்தலாம்? 'பெண்கள் சிரிப்பார்களே' என்று சொல்லலாம். ஆழ்வாரும் சில இடங்களில் அப்படித்தான் சொல்லிப் பார்க்கிறார்.

"செப்பு இள மென்முலையார்கள்
சிறுபுறம்பேசிச்சிரிப்பர்" (2-4-5)
"பாணையிற் பாலைப்பருகிப்
பற்றாதார் எல்லாம் சிரிப்பு" (2-7-1)

இப்படியெல்லாம் பேசியவர் இறுதியாக ஓர் அஸ்திரத்தையும் பிரயோகிக்கிறார்.

"நாண் இத்தனையும் இலாதாய்!
நப்பின்னை காணிற் சிரிக்கும்"

கண்ணனின் காதலியாக நப்பின்னையைத் தமிழ் நூல்கள் கூறுகின்றன. வடநூல்கள் கூறும் ராதைக்கு ஒப்பானவள் இவள். இந்த மரபுவழிச் செய்தியை ஆழ்வார் எவ்வளவு சுவையாகப் பயன்படுத்தியிருக்கிறார் என்பது இங்குக் கருதத்தக்கது. அன்றியும் உலகியலில் மைத்துன முறைமையுடையார் தம்முள் செய்துகொள்ளும் கேலியை நினைந்து, 'நப்பின்னை காணிற் சிரிக்கும்' என்று ஆழ்வார் பாசுரமிட்டிருக்கும் அழகும் நினைந்து நினைந்து இன்புறத்தக்கது அன்றோ?

பிள்ளைலோகாசார்யர், மணவாளமாமுனிகள் ஆகியோர் கருத்துப்படி இடைக்குலப் பிறப்பை ஏறிட்டுக்கொண்ட (கோப ஜன்மத்தை ஆஸ்த்தானம் பண்ணின) பெரியாழ்வார் நான்கு வகையில் கிருஷ்ண லீலைகளை அனுபவித்தார். அவையாவன: 1. அசோதை நிலை 2. கண்ணனைக் குறித்து முறையிட்ட ஆய்ச்சியர் நிலை 3. கண்ணன் மீது காமுற்றதிருவாய்ப்பாடிக் கன்னியர் நிலை 4. அக்கன்னியர் பற்றி இரங்கும் தாயாரின் நிலை. ஆயர்களின் பாவனையில் ஆழ்வார் பாசுரம் எதுவும் பாடவில்லை. இந்நான்கு நிலைகளுள் அசோதை பாவனையில் ஆழ்வார் பாடிய பாசுரங்களே

அதிகம். இவற்றை அடுத்து, ஆய்ச்சியரின் முறையீட்டையும் இரண்டு திருமொழிகளில் (2-9; 2-10) அவர் அருளிச் செய்திருக்கிறார். ஆழ்வாரின் கிருஷ்ணாநுபவம் முதல்-இருவகையான நிலைகளோடும் நிறைவு பெறவில்லை. கண்ணன் மீது கன்னியர் சிலர் காமுற்றதாகவும் அக்கன்னியர் நிலைகண்டு அவரின் தாயார் வருந்திக் கூறியதாகவும் அவர் பாசுரமிட்டிருக்கிறார். அவையும் கவிக்கூற்றாக அமைந்தவை அல்ல. தாமும் அவர்களாகப் பாவித்துப பேசிய பாசுரங்களே.

மாலையாகிவிட்டது. ஆனிரைகளை ஓட்டிக்கொண்டே பசுக் களின் பின்னே வந்துகொண்டிருக்கிறான் கண்ணன்.

சிந்துரப்பொடி கொண்டு சென்னியில் அப்பி, முல்லை நறுமலரோடு, வேங்கையின் மலரும் அணிந்து, கரிகையும் வில்லும் செண்டுகோலும் மேலாடையும் தோழன்மார் கொண்டு ஓட, ஒரு கையால் ஒருவன் தோளை ஊன்றி, ஒரு கையால் வளைகோல் வீசி, பல்லாயர் குழாம் நடுவே எல்லியம் போதில் காலிப்பின்வரும் கண்ணனைக்கண்டு, கன்னியர் காமுறுவாராயினர்.

குழல்களும் கீதமும் ஆகி எங்கும் கோவிந்தன் வருகின்ற கூட்டம் கண்டு, 'மழைகொலோ வருகின்றது' என்று சொல்லி மங்கைமார் பலரும் சாலக வாசல் பற்றி மயங்கி நின்னர். அவன் போனவழியிலேயே தங்கள் உள்ளத்தைப் போகவிட்டு உணவை மறந்து நின்றனர்.

அப்போது, 'கண்ணன் வரும் வழியில் நின்று நீங்கள் அணிந்துள்ள வளைகளை இழந்து விடாதீர்கள்' என்று எச்சரிக்கை செய்தாள் ஒருத்தி.

அவளது முன்னறிவிப்பையும் மீறிக் கண்ணனைக் கண்டதால் உடை நெகிழ்ந்து கைவளை கழல நின்றாள் ஒருத்தி.

'இம்மாயவனுக்கேயன்றி மற்றொருவனுக்கு என்னை மணம் பேசுவதைப் பொறுக்கமாட்டேன்' என்றாள் மற்றொருத்தி.

'இம்மாயவனுக்கேயன்றி மற்றொருவனுக்கு என்னை மணம் பேசுவதைப் பொறுக்கமாட்டேன்' என்றாள் மற்றொருத்தி.

'நம்மையெல்லாம் திரும்பிப் பார்க்காமலேயே தாண்டிப்போய்க் கொண்டிருக்கும் இவன் மீண்டும் இவ்வீதி வழியே வராமலா போய் விடுவான்? அப்படி வரும்போது அவனை மடக்கி நிறுத்தும் வழி எனக்குத் தெரியும். 'நேற்று நாங்கள் பந்தாடிக்கொண்டிருந்தபோது எங்களது பந்தைப் பறித்துச் சென்றான்' என்று பலரும் அறியச் சொல்லி அவனை வளைத்துக் கொள்வேன். அப்பொழுது அவன்

செய்யும் புன்முறுவலையும் நாம் காண்போம்' என்று தனது திட்டம் பற்றி விளக்குகிறாள் ஒருத்தி.

"அந்தம் ஒன்று இல்லாத ஆயப் பிள்ளை
அறிந்து அறிந்து இவ்வீதி போதுமாகில்
பந்து கொண்டான் என்று வளைத்து வைத்துப்
பவளவாய் முறுவலும் காண்போம், தோழீ!" (3-4-6)

இப்படிக் கன்னியர் ஒருவர்க்கு ஒருவர் கண்ணனிடத்துத் தாம் கொண்ட காதலைச் சொல்லித் தடுமாறி நிற்பதைப் பாடும் ஆழ்வார் - அக்கன்னியரைப் பெற்ற தாயரின் மனத்தடுமாற்றத்தையும் இத்திருமொழியில் இடையிடையே சித்திரிக்கின்றார்.

"ஆயப்பிள்ளை அழகுகண்டு என்மகள் அயர்க்கின்றதே"
"நங்கை தன் துகிலொடு சரிவளை கழல்கின்றதே"
"வெள்வளை கழன்று மெய்ம்மெலிகின்றதே"

எனவருமிடங்களில் தம் மகளிரைக் குறித்துத் தாயர் கொள்ளும் இரக்க பாவம் மிக அருமையாக வெளிப்பட்டிருக்கிறது.

இவ்வாறு மாலிடத்தே மால்கொண்ட மகளின் நிலை குறித்துத் தாய் ஒருத்தி இரங்குவதாகத் தனியாக ஒரு திருமொழியே பாடியிருக்கிறார் (3-7) பெரியாழ்வார். காதலனுடன் உடன்போக்கில் சென்ற மகளைக் குறித்து வருந்துவதாக அடுத்த திருமொழி (3-8) அமைகின்றது. நற்றாய்இரங்கல், உடன்போக்கு ஆகிய அகப்பொருள் துஜறயில் அமைந்த திருமொழிகள் இவை.

ஆழ்வார் இங்ஙனம் பாடியதற்குக் காரணம் என்ன?

அவர் அசோதையாகிக் கண்ணனை மட்டுமா வளர்த்தார்?

கண்ணனைக் காதலித்து அவனையே கைத்தலம் பற்றிய ஆண்டாளையும் வளர்த்தவர் அல்லவா? கவிதையிலும் கற்பனையிலும் கண்ணனை வளர்த்தார்; ஆண்டாளையோ தோளிலும் மார்பிலும் தூக்கி வளர்த்தார். கிருஷ்ணலீலைகளை மனக்கண்ணால் கண்டு உருகிய பெரியாழ்வார், தன் மகளின் காதல் வேட்கையையும் ஆற்றாமையையும் நேரில் கண்டு எத்தகைய துயரம் அடைந்திருப்பாரோ? திருமகள் போல வளர்த்த ஒரு மகளால் அவர் உள்ளம் பட்ட பாட்டைத்தான் இவ்விரு பதிகங்களிலும் அவர் வெளியிட்டுள்ளார்.

சிற்றாடையைச் செப்பமாகவும் உடுத்தத் தெரியாத சிறுபெண் ஒருத்தி மணிவண்ணன் மேல் கொண்ட காதல் காரணமாக அவளைப் பெற்ற தாய் 'தட்டுளுப்பு' (தடுமாற்றம்) ஆகி நிற்பதை மிக அற்புதமாக வெளியிடுகிறது ஒரு திருமொழி. பாலின்மேல் மகள்

கொண்ட மையலைத் தாய் அறிந்த விதம்தான் எப்படி? ஆழ்வார் அதை எப்படி வெளியிடுகின்றார் என்று பார்ப்போம்.

'அவனுடைய வருகையை எதிர்பார்த்துத் தன்னை அழகு செய்துகொள்ள வேண்டும் என்ற ஆசையால் - கண்டதும் அவன் முதலிற் கட்டிக்கொள்ளும் இடமான கழுத்தில் காறையை அணிந்து கொள்வாள். அந்நகையும் கழுத்துமான அழகைக் கண்ணாடியிற் கண்டு மகிழ்வாள். அப்போது உடல் பூரிக்கவே - அதன் அளவையை அறிவதற்காகக் கைவளையைக் குலுக்கிப் பார்ப்பாள்; அதன்பின் அவன் உகக்கத்தக்க பட்டுப்புடைவையை அரையிலே உடுத்தத் தொடங்கி அவன் மயங்கும் உடைவாய்ப்பு வருமளவும் அழித்து அழித்து உடுத்துககொள்வாள். அப்போதும் அவன் வரக்காணாமையாலே தளர்ச்சியடைவாள். பின்னர் மறுபடியும் தெளிந்து தன் கொவ்வைக் கனிபோன்ற சிவந்த வாயை மேலும் சிவக்கும்படி திருத்திக் கொள்வாள். மேலும் தெளிவடைந்து ஆயிரம் பெயர்களையுடைய, எம்பிரானுடைய குணங்களை அடைவு கெடப் பேசி நிற்பாள். ஒப்பில்லாத நீலமணி போன்ற நிறத்தையுடையவனான அக்கண்ணபிரான் மேல் அவள் இங்ஙனம் பிச்சேறியிருக்கின்றாள்' இக்கருத்துடைய அருமைப்பாசுரம் இதுதான்.

"காறை பூணும், கண்ணாடி காணும், தன்
கையில் வளை குலுக்கும்;
கூறை உடுக்கும், அயர்க்கும், தன்
கொவ்வைச் செவ்வாய் திருத்தும்;
தேறித்தேறி நின்று ஆயிரம்பேர்த்
தேவன்திறம் பிதற்றும்;
மாறில் மா மணிவண்ணன்மேல் இவள்
மால் உறுகின்றாளே!" *(3-7-8)*

(காறை - கழுத்தில் அணியும் ஆபரணம்; கூறை-சேலை)

இங்ஙனம் கண்ணனைக் காதலித்த பெண் ஒருநாள் உடன் போக்கில் அவனோடு சென்றுவிட, பிரிந்த மகளைக் குறித்துத் தாய் அடைந்த வருத்தம் அடுத்த திருமொழியில் பேசப்படுகின்றது. மகளைப் பிரிந்த தாயின் துயரைச் சித்திரிக்கும் அவல ஓவியம் இத்திருமொழி எனலாம். 'உண்ணும் சோறு' என்னும் திருவாய்மொழியோடும் (6-7) 'கள்வன்கொல்' என்னும் பெரியதிருமொழியோடும் (3-7) இதனை ஒப்பிட்டுக் கூறுவதுண்டு.

முதல்நாள் இரவில் மகள் தன் அருகில் படுத்திருக்கத் தாயும் தூங்கிப் போனாள். அன்றிரவு அங்குவந்த கண்ணன் அவளைப்

படுக்கைத்தலையிலே கைப்பற்றித் திருவாய்ப்பாடிக்கே போயச் சேர்ந்தான். பொழுது விடிந்து பார்த்தபோது படுக்கையில் தன் பெண் பிள்ளையைக் காணாத திருத்தாயார் 'கண்ணனே தன்மகளைக் கொண்டு சென்றான்' என்று தெரிந்துகொண்டாள். அதில் அவளுக்கு எந்தவிதமான ஐயமுமில்லை. ஆயினும் தன் மகள் நந்தகோபாலன் மாளிகையில் சிறப்பிக்கப்படுவாளா? புறக்கணிக்கப்படுவாளா? என்ற சந்தேகம் அவளுக்கு. இத்திருமொழி முழுவதும் இவ்வகையான ஐயமே மனத்தில் அலைமோதக் கலங்குகிறாள் அன்னை.

"நல்லதோர் தாமரைப்பொய்கை
நாண்மலர்மேல் பனிசோர,
அல்லியும் தாதும் உதிர்ந்திட்டு,
அழகழிந்தால் ஒத்ததாலோ!
இல்லம் வெறியோடிற் றாலோ!
என்மகளை எங்கும் காணேன்;
மல்லரை அட்டவன் பின்போய்
மதுரைப் புறம்புக்காள் கொல்லோ?" *(3-8-1)*

இங்கே மதுரைக்குப் புறத்தேயுள்ள திருவாய்ப்பாடியிற் புகுந்தார்களா? அல்லது கஞ்சன் இருப்பிடமான மதுரையிற் புகுந்தார்களா? என்ற ஐயம் ஏற்படுகிறது அவளுக்கு. அதுவே தீராத் துன்பமாக அவள் மனத்தை அலைக்கழிக்கிறது. மேலும் அவள் மனம் படுகிறபாட்டைப் பாருங்கள்!

கண்ணபிரான் எங்கள் கடிக்குச் செய்தது ஏச்சாகுமா? அன்றி ஏற்றமாகுமா?

மத்தளங்கொட்ட வரிசங்கம் நின்றூத என் மகளுக்குக் கொண்டாட்டத்துடன் திருமணம் நிகழுமா? அன்றி, 'கொண்டாட்டம் எதற்கு?' என்று ஒதுக்கப்படுமா?

அசோதை மருமகளைக்கண்டு மகிழ்ந்து அவளுக்குச் செய்யத்தக்க சிறப்புகளைச் செய்வாளோ? மாட்டாளோ?

மாமனாரான நந்தகோபன் பேரழகியான என் மகளைக்கண்டு, 'இப்படி அழகிற் சிறந்த பெண்பிள்ளையைப் பெற்ற தாயார் இவளைப் பிரிந்து உயிர் வாழ்ந்திருப்பது அரிது' என்று அன்பு தோன்றச் சொல்லுவாரோ? அல்லது மனத்தில் மகிழ்சசியின்றி ஒன்றும் சொல்ல மாட்டாரோ?

கண்ணபிரான் கூடிய கூட்டமே ஆகக்கொண்டு திருமணம் இன்றியே குடிவாழ்க்கை வாழ்வானோ? அல்லது இவளை நாடறிய

நன்மணம் புரிந்து கொள்வானோ?

இவளை வரிசைகெகட நடத்துவானோ? அல்லது கோவலப் பட்டம் கவித்துச் சிறப்பிப்பானோ?

புகுந்த வீட்டில் இடையானது இரண்டுபக்கங்களிலும் வளையும்படி கடைகயிறுபற்றித் தயிர் கடைவதால் அவள் கைகளில் தழும்பேறிடுமோ? அல்லது அத்தகைய தொழில்களைச் செய்யவிடாது கண்ணன் அன்பாக நடத்துவதால் தன் மேனியின் செவ்வி குலையாமல் சிறந்திருப்பாளோ? கண்ணபிரான் அவளின் பெருமை குலையும்படி நடத்துவானோ? அல்லது அவளின் பெருமக்குத்தக்கபடி அவளிடத்து அன்பு காட்டுவானோ?

இவற்றுள் எதுவும் நடக்கலாம் எனவே 'களிறுமாறு பற்றிய பழங்கயிறு போலத்' தன் மகளின் நிலை என்னாகுமோ? என்று எண்ணி எண்ணி நைகின்றாள் தாய்.

"ஒருமகள் தன்னை உடையேன்,
உலகம் நிறைந்த புகழால்
திருமகள்போல வளர்த்தேன்;
செங்கண்மால் தான்கொண்டு போன்
பெருமகளாய்க் குடிவாழ்ந்து
பெரும்பிள்ளை பெற்ற அசோதை
மருமகளைக் கண்டு உகந்து
மனாட்டுப் புறம்செய்யுங் கொல்லோ?" (3-8-4)

என்னும் நற்றாயின் குரலில் ஆழ்வாரின் சொந்தக்குரலே கேட்பதாகக் கொள்ள இடமுண்டு. அவரது ஒரே மகளான ஆண்டாளை அரங்கன் ஆட்கொண்டபோது அவளது பிரிவைப் பொறுக்கமாட்டாத ஆழ்வாரின் உள்ளத்திற் பிறந்த துயரமே இங்கும் எதிரொலிப்பதாகக் கருதலாம்.

கூரத்தாழ்வான் மறைந்தபோது எம்பெருமானார் இப்பாசுரத்தைச் சொல்லிக் கதறியழுதார் என்றோர் ஐதிகமுண்டு. இதனால் அன்புடையாரைப் பிரிந்தபோது பரிவுடையார் எவரும் நினைவுகூரத் தக்க பாசுரம் இதுவென்று அறியலாம்.

தலைவன் பின் சென்ற மகளைக் குறித்துத் தாய் பலபடியாக நினைந்து ஏங்குதலைக் கூறும் திருமொழி இது. ஆயினும் இது, ஆழ்வாரை நமக்கு வேறொரு கோணத்திலும் அடையாளம் காட்டுகிறது. கண்ணனின் தாய் அசோதையாகவே நாம் கண்டிருந்த ஆழ்வாரை அவனது காதலியைப் பெற்ற தாயாகவும் காட்டும்

திருமொழி இது. நாம் முன்னர்க்குறித்தது போல ஆண்டாளின் திருமண நிகழ்ச்சி இதற்குக் காரணமாய் இருந்திருக்கலாம்.

உடன்போக்கில் தன் மகள் தலைவனுடன் சென்றுவிடத் தாய் புலம்புவதாக அமைந்த பாடல்கள் (மகட்போக்கிய தாய் கூற்றுப்பாடல்கள்) சங்க இலக்கியத்தில் உண்டு. அவ்வகைப்போக்கில் அமைந்த திருமொழிதான் இது. சங்க இலக்கியம் காட்டும்தாய் தன் மகள் தனக்கு ஒரே பெண்ணாக வளர்ந்த சிறப்பையும் செல்வச்செழிப்பையும் குறிப்பிடுவாள். அவளை உடன்போக்கில் கொண்டு சென்ற தலைவனை 'அறனிலாளன்' (அகம். 219) என்றும் 'ஏதிலன்' (அகம். 117) என்றும் வெறுத்துப்பேசுவாள். பெரியாழ்வார் திருமொழியில் வரும் நற்றாயோ,

"ஒருமகள் தன்னை உடையேன், *
உலகம் நிறைந்த புகழால்
திருமகள் போல வளர்த்தேன்"

என்பதனால் தன் மகள் அருமை பெருமையாக வளர்ந்த வகையைக் குறிப்பிட்டாள். ஆனால் ஓரிடத்திலும் அவளைக் கொண்டுசென்ற கண்ணனை அவள் பழித்துரைக்கவே இல்லை.

அவனுடைய பெற்றோராகிய நந்தனையும் அசோதையையும் வெறுத்துப் பேசவுமில்லை. தன் மகள் 'திருமகள்' என்றால் அவளைக் கொண்டு சென்றவன் 'செங்கண்மாலே' என நிறைவடையும் மனநிலையையே காண்கிறோம் 'சாடு இறப் பாய்ந்த பெருமான்' என்றும் 'அண்டத்து அமரர் பெருமான்' என்றும் அவள் கண்ணனைப்பற்றிக் குறிப்பிடுகின்றாள். ஆய்ப்பாடிச் சூழலையும் அவள் மறந்துவிடவில்லை. கோவலப்பட்டம் கவித்தல், விடியுமுன் எழுந்து தயிர் கடைதல் முதலியனவும் அவள் பேச்சில் இடம் பெறுகின்றன.

கண்ணனது சரிதத்தைப் பொறுத்தவரை அவன் கோகுலத்தில் வாழ்ந்தகாலப் பகுதியையும் அப்போது நடந்த நிகழ்ச்சிகளையும் தம் மனத்தில் நிறைத்துக் கொண்டவர் பெரியாழ்வார். தம்மைக் கண்ணனின் தாய் அசோதையாகவும் அவனைத் தம் பிள்ளையாகவும் கருதிய பாவனையிலிருந்து அவர் விடுபடவே இல்லை. கண்ணன் பிருந்தாவனத்திலிருந்து வடமதுரைக்குச் சென்றதும் கம்சனைக் கொன்றதுமான பிந்திய சரித நிகழ்ச்சிகளுக்குப் பெரியாழ்வார்

---

* தலைமகனுடன் சென்ற மகளைக்குறித்து வருந்தும் நற்றாய் கூற்றாக கூற்றாக அமைந்த நற்றினைச் செய்யுள் (184)' ஒருமகள் உடையேன்' என்றே தொடங்குகின்றது.

திருமொழியில் இடமே இல்லை. அவற்றைப் பாடினால் அவருக்கும் கண்ணனுக்கும் இடையிலான தாய்-சேய் பந்தத்துக்குப் பங்கம் உண்டாகிவிடுமே! எனவே கோகுல நிகழ்ச்சிகளைப் பாடுவதோடு கண்ணனைப் பற்றிய திருமொழிகளை நிறைவுசெய்து விடுகிறார். எனினும் கோபியர் கண்ணனிடத்துக் கொண்ட காதலைப் பாடாமல் இருக்க முடியவில்லை. கோபியரின் காதலையும் அக்காதல் குறித்து அவர்களின் தாயார் கலங்கிக் கூறுதலையும் சில பாசுரங்களில் அவர் பாடியிருக்கிறார். தவிர்க்க முடியாத நிலையில் கண்ணனுக்குத் தாய் என்ற நிலை மாறி ஆழ்வார்-கோபியராக-அவர்களின் அன்னையராக உருமாறிய இடங்கள் இவை.

கண்ணன் கோகுலத்தை விட்டு வடமதுரைக்குச் சென்றபோது கோபியர் அடைந்த துயரத்தப் பாகவதம் முதலான நூல்கள் விரித்துரைக்கின்றன. கண்ணனது வாழ்க்கையில் கோகுலத்தில் நிகழ்ந்த-கடைசி நிகழ்ச்சியான அந்தப் பிரிவையும் கூடக் கோபியர் நிலையிலிருந்து பாடப் பெரியாழ்வாருக்கு மனம் வரவில்லை. கண்ணனைப் பிரிய மனமில்லாத தாயுள்ளம் கொண்டவருக்கு அவனது பிரிவைப்பற்றிப் பாடும் மனவலிமை எப்படி வரும்? ‘நல்லதோர் தாமரைப் பொய்கை’ என்னும் திருமொழியில் மகளைப் பிரிந்த தாயின் துயரமே பேசப்படுகின்றது. இஃது ஒருவகையில் கண்ணனின் பிரிவால் கோகுலத்துக் கோபியர் அடைந்த மனத்துயரத்தை நினைவூட்டுகின்றது. இத்திருமொழியில் ஆய்ப்பாடியின் வாழ்க்கைச் சூழலும் கண்ணனைக் குறிப்பாகப் போற்றுதலுமே இடம்பெறுகின்றன. இதனால் கண்ணனின் காதலிக்குத் தாய் என்ற நிலையிலும் கண்ணனை மறவாத சிறப்பையே உணர்ந்து மகிழ்கிறோம்.

பெரியாழ்வாரின் கிருஷ்ணாநுபவம் அசோதை, ஆய்ப்பாடிக் கன்னியர், அவரின் தாய்மார் என மூவகைப்பட்டிருப்பதை இதுவரை பார்த்தோம்.

கண்ணன் என்றதுமே அவனது பிள்ளைமைக் குணங்களோடு கூடவே நினைவுக்கு வருவது அவனது வேய்ங்குழல் இசைதான். எனவே குழலிசையை விலக்கி அவனை மட்டும் தனியே பார்ப்பது என்பது இயலாத காரியம். ஸ்ரீகிருஷ்ண கர்ணாம்ருதம் பாடிய லீலாசுகர் தம் கண்களுக்கு முன்னால் சீதாபதியான இராமனே தோன்றினாலும் அவன் சிறிதுநேரம் கோதண்டமென்னும் வில்லை ஒதுக்கி வைத்து விட்டுக் கையில் அழகியதும் சிறந்ததுமான புல்லாங்குழலை எடுத்துக் கொண்டு தலையில் மயிலிறகு சூடிக்கொண்டு வரவேண்டும். அதற்குப் பின்னரே அவனை வணங்குவேன் என்றார். இங்ஙனம் இறைவனைக்

கண்ணனாக - குழலூதும் வேணுகோபாலனாகக் காண்பதில்தான் பக்தர்களுக்கு மகிழ்ச்சி; மனநிறைவு.

கிருஷ்ணனைப் பொறுத்தவரை அவனது குழலோசையை அனுபவித்துத் தனியே ஒரு திருமொழி (3-6) பாடிய சிறப்பும் பெரியாழ்வாருக்கு உண்டு.

அந்தணர்க்கு ஓத்தும் பாணர்க்குப் பாட்டும் போன்றதாகும் ஆயர்க்குக்குழல். ஆகவேதான் பிறந்த குலத்துக்கு ஏற்பக் குழலைப் பிரியாதவனாகவும் அக்குழலோசையில் வல்லவனாகவும் விளங்கினான் கண்ணன்.

பெரியாழ்வாரைத் தவிர ஆழ்வார் வேறு எவரும் கண்ணனின் வேய்ங்குழலோசையை வியந்து தனியாக ஒரு திருமொழி பாடவில்லை. அவர்களுடைய பாசுரங்களில் குழலோசை பற்றிய குறிப்புகளைமட்டுமே காண்கிறோம்.

"அவனுடைத் தீங்குழல் ஈருமாலோ!"
"ஊதும் அத்தீங்குழற்கே உய்யேன்நான்"
"ஆய்ச்சியர்க்கு ஊதும் அத் தீங்குழல்"

திருவாய்மொழிப் பாசுரத்தொடர்கள் இவை (9-9). 'மாலை வந்தும் மாயன் வரவில்லை; ஆயினும் அவனது குழலோசை அவனுக்கு முன்னே வந்து துன்புறுத்துகின்றது. இனி நான் பிழைத்திருக்கமாட்டேன்' என்று திருவாய்ப்பாடி ஆய்ச்சி ஒருத்தி புலம்புகின்றாள். தம்முடைய ஆற்றாமையெல்லாம் அவள் மேலிட்டுப் பேசுகின்றார் நம்மாழ்வார்.

பெருமாள் திருமொழியிலும் (6-9) கண்ணனிடம் ஊடல் கொண்ட ஆய்ச்சி ஒருத்தி,

"கெங்கு நறுங்குழலார்களோடு
குழைந்து குழல் இனிது ஊதிவந்தாய்;
எங்களுக்கே ஒருநாள் வந்து ஊத
உன் குழலின்இசை போதராதே?" (6-9)

என்று பேசுவதாகக் குலசேகராழ்வார் பாசுரமிட்டிருக்கிறார். 'கண்ணா! தேன் மணம் மகிழ்கின்ற கூந்தலையுடைய பெண்களோடு குழைந்து குழலினை நீ இனிதாக ஊதிக்கொண்டு வந்தாய்; ஒருநாள் எங்களுக்கே வந்து ஊதும்படி உன் குழலின் இன்னிசை வர மாட்டாதோ?'

கண்ணனைப் பெறாத வருத்தத்தில் இவ்விருவரும் இனிய குழலோசையையும் வெறுத்துப்பேசும் பாவனையில் இப்பாசுரங்கள் அமைந்துள்ளன.

ஆனால் பெரியாழ்வாரின் பாசுரங்களோ கண்ணனின் குழலோசையாகிய அமுதகீத வலையில் அவர் அகப்பட்ட வகையினை வியந்து வியந்து பேசுகின்றன. அப்பாசுரங்களின் மூலமாக, 'இது ஓர் அற்புதம் கேளீர்' என்று வேணுகானத்தின் சிறப்பினை உலகறிய அறிவிக்கிறார் அவர். எவரினும் மிக்க பரிவுடைய அசோதையாகத் தம்மைப் பாவித்துக் குழந்தைக் கண்ணனை வளர்த்தவர் அவர். எனவே அவருடைய தாயுள்ளத்தில் கண்ணனின் எல்லாச் செயல்களிலுமே விருப்பம் கொள்வதைத் தவிர வெறுப்புக்கு இடமேது?

கண்ணன் ஒருநாள் பிருந்தாவனத்தில் இருந்து குழல் ஊது கின்றான். அந்தத் தூய வாயில் குழலோசை கேட்டு, ஆயர் மகளிர் குதுகலிப்ப, காவலும் கடந்து, குழலோசை வழியே ஓடிவந்து, கயிற்றில் தொடுத்த பூமாலை போலே அவனைச் சூழ்ந்து கொண்டனர். மடமயில்களோடு மான்பிணை போலே அம்மங்கைமார்கள் மலர்க்கூந்தல் அவிழ, உடைநெகிழ, ஓர்கையால் பற்றி, ஒல்கி, ஓடு அரிக்கண் ஓட நின்றனர்.

வானிளம்படியர் (தேவமாதர்) வந்துவந்து கூடி, மனம் உருகி, மலர்க்கண்கள் பனிப்ப, நெற்றி வேர்த்து நின்றனர்; மேனகையோடு திலோத்தமை, அரம்பை, ஊர்வசி முதலோர் ஆடல்பாடல் மறந்து, வாய்திறப்பு இன்றி, வெட்கி மயங்கினர்; தும்புருவோடு நாரதனும் வீணை மறந்தனர். கின்னர-மிதுனங்களும் 'இனிஎம் இசைக்கருவிகளைத் தொமாட்டோம்' என்றனர். அம்பரம் திரியும் கந்தர்வர் எல்லாம் அதுதகீத வலையால் சுருக்குண்டு, 'இனிநாம் இசைத் தொழிலுக்கு உரியோம் அல்லோம்' என்று கைமடக்கிக்கொண்டு நின்றனர். குழலிசை அமரலோகத்து அளவும் சென்றதால் தேவர்கள் தம் அவியுணவை மறந்தனர்; ஆய்ப்பாடியிற் கூடினர்; குழலிசையாகிய செவியுணவின் சுவைகொண்டு மகிழ்ந்து கோவிந்தனைப் பிரியாது பின் தொடர்ந்தனர்.

கண்ணனின் குழலிசையைக் கேட்டுப் பறவைக் கூட்டங்கள் கூடுதுறந்து படுகாடுகிடந்தன; கறவைக்கணங்கள் கால்பரப்பிக் கவிழ்ந்து இறங்கிச் செவி ஆட்டாது நின்றன; மான்கணங்கள் மருண்டு மேய்கை மறந்தன. மேய்ந்த புல்லும் கடைவாயில்சோர, புடைபெயராது எழுது சித்திரங்கள் போல் ஆயின.

மரங்களும் நின்று மயங்கின; மதுத்தாரைகள் சிந்தின; மலர்களை வீழ்த்தின; வளர்கின்ற கிளைகளைத் தாழ்த்தின. இவையனைத்தும் கண்ணன் நின்ற நின்ற திசைநோக்கித் திரும்பின.

ஆழ்வார் பாடிய திருமொழியின் கருத்துச் சுருக்கம் இது.

கண்ணனின் குழலோசை கேட்டு, 'மண்ணுலகோர் அதிசயித்தனர்; வானுலகோர் மயங்கினார்' என்பதுவே இத்திருமொழியின் சாரம் எனலாம். இவ்விருதிறத்தார்க்கும் இடையில் அஃறிணைகளாகிய பறவைகளும், கறவைகளும், மான்கூட்டமும் அசேதனமாய் நின்றதைச் சுட்டி, கடைசியில் அசேதனமாகிய மரங்கள் கண்ணன் நின்றநின்ற பக்கம் நோக்கி மதுதாரைகள் பொழிந்தன எனக்கூறி முடிக்கிறார். இதனால், 'ஓர் அற்புதம் கேளீர்' என்று திருமொழியின் தொடக்கத்தில் கூறியதற்கேற்பக் கண்ணன் குழலிசையால் விண்ணிலும் மண்ணிலும் விளைந்த விந்தைகளை விளக்கிக் கூறுவதாகவே இத்திருமொழி அமைந்துள்ளது.

மேற்போக்காக நோக்கினால் இத்திருமொழி ஆழ்வார் தாமான தன்மையில் - கவிக்கூற்றாகப் பாடியதாகவே தோன்றும்.

பொதுவாகக் கண்ணனது கதையில் தாமும் ஒரு பாத்திரமாக மாறிப் பேசும் இயல்புடையவர் ஆழ்வார்; இத்திருமொழியிலும் அவனது 'அமுதகீதவலையிற் சுருக்குண்ட' ஓர் ஆயர்குலத்துப் பெண்ணாகவே தம்மைப் பாவித்துக்கொண்டு பாடுகிறார் என்று கருதுதல் தவறாகாது. 'நாவலம் பெரிய தீவினில் வாழும் நங்கைமீர்கள் கேளீர்' என்னும் திருமொழியின் தொடக்கத்திற்குப் பொருந்துவதும் இதுவே. ஆழ்வார் தாமான தன்மையில் பெண்களை நோக்கிப் பேசுகிறார் என்று கொள்வதை விட அவரே ஆய்ப்பாடிப் பெண்களுள் ஒருத்தியாகத் தம்மைப் பாவித்துக் கண்ணன் வேய்ங்குழலினிமையைத் தம்மையொத்த பெண்களிடம் விரித்துரைக்கிறார் எனலாம்.

இத்திருமொழியின் அமைப்பு நோக்கி ஆழ்வாரின் கிருஷ்ணாநுபவத்தைப் பின்வருமாறு வகைப்படுத்தலாம்.

1. கண்ணனின் திருமேனியழகு, கோலம் பற்றிய வருணனைகள்.
2. பரத்துவம், அவதாரம் ஆகிய நிலைகளில் இறைவனைப் பற்றிய வருணனைகள்.
3. கிருஷ்ணாவதாரத்தின்போது கண்ணன் நிகழ்த்திய அற்புதச் செயல்கள் பற்றிய வருணனைகள்.
4. கண்ணன் குழலூதியபோது ஏற்பட்ட மெய்ப்பாடு பற்றிய வருணனைகள்.
5. குழலோசை கேட்டு மயங்கிய உயிர்கள் பற்றிய வருணனைகள்.

'செம்பெருந்தடங் கண்ணன்; திரள்தோளன்; திரண்டெழு மழை முகில் வண்ணன்; செங்கமல மலர்சூழ் வண்டினம் போலே சுருண்டு இருண்ட குழல் தாழ்ந்த முகத்தான்; குழல் இருண்டு சுருண்டு ஏறிய குஞ்சிக் கோவிந்தன்.'

'கருங்கண் தோகை மயிற் பீலியணிந்து, கட்டி நன்குடுத்த பீதகவாடை அருங்கல உருவின் ஆயர்பெருமான்'

இவை - கண்ணனின் அழகு மற்றும் அவன் செய்துகொண்ட கோலம் பற்றிய வருணனைகளாகும்.

'தூவலம்புரியுடைய திருமால்; வானிளவரசு; வைகுந்தக்குட்டன்; வாசுதேவன்; மதுரை மன்னன்; நந்தகோன் இளவரசு; கோவலர் குட்டன்; கோவிந்தன்; தேவகி சிறுவன்; தேவர்கள் சிங்கம்.'

இவை - பரத்துவத்திலும் அவதாரத்திலும் கண்ணன் யார் என்பதக் காட்டும் வருணனைகள்.

'தேனுகன், பிலம்பன், காளியன் என்னும் தீம்பப்பூடுகள் அடங்க உழக்கி, முன்நரசிங்கமதாகி, அவுணன் முக்கியத்தை முடிப்பான், மூவுலகில் மன்னர் அஞ்சும் மதுசூதனன்'

இவை - கண்ணனின் கிருஷ்ணாவதாரச் செயல்கள்பற்றிய வருணனைகள்.

'இட அணரை இடத்தோளொடு சாய்த்து, இருகைகூடப் புருவம் நெரிந்தேற, குடவயிறுபட, வாய்கடைகூட; சிறுவிரல்கள் தடவிப் பரிமாற, செங்கண்கோட, செய்யவாய் கொப்பளிப்ப, குறுவெயர்ப் புருவம் கூடலிப்ப'

இவை - கண்ணன் குழலூதியபோது உண்டான மெய்ப்பாடு பற்றிய வருணனைகள்.

"...குழல் ஓசை வழியே
கோவலர் சிறுமியர் இளங்கொங்கை
குதூகலிப்ப உடல் உள்அவிழ்ந்து எங்கும்
காவலும் கடந்து கயிறு மாலை
ஆகிவந்து கவிழ்ந்து நின்றனரே!"

"மேனகையொடு திலோத்தமை அரம்பை
உருப்பசியர் அவர்வெள்கி மயங்கி
வானகம் படியில் வாய்திறப்பு இன்றி
ஆடல்பாடல் இவை மாறினர் தாமே"

"கோவிந்தன் குழல்கொடு ஊதினபோது,
பறவையின் கணங்கள் கூடு துறந்து
வந்து சூழ்ந்து படுகாடு கிடப்பக்
கறவையின் கணங்கள் கால் பரப்பிட்டுக்
கவிழ்ந்து இறங்கிச் செவி ஆட்டகில்லாவே"

"ஊதுகின்ற குழல் ஓசை வழியே,
மருண்டு மான்கணங்கள் மேய்கை மறந்து
மேய்ந்த புல்லும் கடைவாய் வழிசோர
இரண்டு பாடும் துலுங்காப் புடைபெயரா
எழுது சித்திரங்கள் போல நின்றனவே!"

"...ஆயர்பெருமான்... குழல்ஊதினபோது
மரங்கள் நின்று மதுதாரைகள் பாயும்;
மலர்கள் வீழும்; வளர்கொம்புகள் தாழும்,
இரங்கும், கூம்பும், திருமால் நின்ற நின்ற
பக்கம் நோக்கி அவைசெய்யும் குணமே."

இவை - குழலோசை கேட்டு மயங்கிய உயிர்கள் பற்றிய வருணனைகள்.

மானிடர், தேவர் முதலான உயர்திணைப் பிரிவினரும், மாடு, பறவை, மரம் முதலான அஃறிணை உயிர்களும் தமக்கிடையேயுள்ள பேதம் கடந்து கிருஷ்ணன் என்னும் ஆனந்தவெள்ளத்தில் மூழ்கித் திளைப்பதையே பெரியாழ்வாரின் வேணுகான வருணனை நமக்கு விளக்கிக் காட்டுகிறது.

'அண்டகோடிகளை எல்லாம் கண்ணனுடைய அருட்கீதம் அள்ளி ஆனந்தக் கூத்தாடச் செய்தது. ஆத்மாக்கள் பகவானைத் தேடுகின்றன. அவனும் அவர்களைத் தேடினான். கோகுலாதிபதி குழலூதி அழைக்க விண்ணும் மண்ணும் குவிந்து மனம் உருகி எங்கும் காதுகளாய்க் கண்களாய் இசையின்பத்தைப் பருகுகின்றன...' என அறிஞர் ம. இராதாகிருஷ்ணபிள்ளை தரும் விளக்கம் இங்கு எண்ணிப்பார்க்கத்தக்கது.

கண்ணன் வாழ்ந்த காலத்தில் வாழ்ந்து அவனது வேணுகானத்தைக் கேட்டவர்கள் எத்தகைய மேலான ஆனந்தத்தை அடைந்தார்களோ நாம் அறியோம். காலத்தாற் பிற்பட்டவர்கள் அதைக்கேட்கப் பெறாத குறையைத் தீர்த்து வைக்கிறது பெரியாழ்வாரின் இத்திருமொழி.

கண்ணனின் குழலூதற் சிறப்பினைத் தென்மொழியிலும் வடமொழியிலும் பக்தர் பலரும் பாடியுள்ளனர். எனினும் இவற்றுள் சிகரமாகத் திகழ்வது பெரியாழ்வாரின் வருணனையே. கண்ணனின் அருட்கதைகளில் மூழ்கி மூழ்கி அவர் பெற்ற கிருஷ்ணாநுபவமும் ஆனந்தமுமே இத்தகைய கவிச்சிறப்புக்கு அடிப்படை எனலாம்.

'பெரிய பெருமாளே! கிருஷ்ணாவதாரத்தில் உம்முடைய வேணுகானத்தால் ஏற்பட்ட மயக்கத்தில் மலையும் நெருப்பும் நீர்ப்பண்டாயின; ஞானிகளான முனிகள் அறிவிழந்தவராயினர்; அறிவற்ற மரங்கள், இடையர் இடைச்சியர் பேரறிவாளராயினர்; பெரிய விஷப்பாம்புகள் அமிருததாரை பொழிவனவாயின; மாடுகளும் புலிகளும் உடன்பிறந்தவை போல ஒத்து நின்றன. மற்றும் பலவும் இவ்வண்ணமாக ஸ்வரூப மாறுபாட்டை அடைந்தன? பலசொல்லி என்? பரமாத்தமாவான நீரே ஸ்வரூப மாறுபாட்டையடைந்து அவைகளில் ஒருவரானீர்' என்று ஸ்ரீரங்க ராஜஸ்தவம் (2-72) என்னும் வடமொழி நூலில் கிருஷ்ணனின் குழலூதற் சிறப்பினை வியந்துரைக்கிறார் பராசரபட்டர்.

இவ்வருணையை ஒருமுறை படித்தாலும் - இது பெரியாழ்வார் பாசுரங்களின் பாதிப்பால் எழுந்த வருணனை என்பதை நாம் எளிதிற் கூறிவிடலாம் அன்றோ?

ஆழ்வார்கள் அனைவரும் கிருஷ்ணாவதாரம் ஒன்றிலேயே அதிகம் ஈடுபட்டதாகக் கூறுவர். அவ்வவதாரம் நீர்மைக்கு (சௌலப்பியம்) எல்லை நிலமாக இருந்ததே இவ்வீடு பாட்டுக்குக் காரணம் எனவும் விளக்குவர்.

நம்மாழ்வாரைத் தவிரத் 'தேவுமற்றறியேன்' என்று பேசிய மதுரகவியாழ்வாரும்,

**"கண்ணி நுண் சிறுத்தாம்பினால் கட்டுண்ணப்
பண்ணிய பெருமாயன் என் அப்பன்"**

என்று கிருஷ்ணாவதாரத்தையே நினைந்தார்.

**"அண்டர்கோன் அணிஅரங்கன் என் அமுதினைக்
கண்ட கண்கள் மற்றொன்றினைக் காணாவே"**

என்று பாடிய திருப்பாணாழ்வாரும், 'அவன் கோவலனாய் வெண்ணெய் உண்ட நிகழ்ச்சியே தம் உள்ளத்தைக் கொள்ளை கொண்டது' என்றார்.

களவில் வெண்ணெயுண்டு உரலிடைக் கட்டுண்ட அவனது எளிமையை நினைந்தே 'எத்திறம்!' என்று பலநாள் மோகித்துக் கிடந்தார் நம்மாழ்வார். 'உலகத்தில் களவு செய்வாரும் கட்டுண்பாரும் இல்லையோ? இவன் செயலுக்கு இத்தனை ஈடுபடவேண்டுமோ?' என்னும் கேள்வி நம் உள்ளத்தில் எழலாம். உயர்வற உயர் நலமுடையவனின் தாழ்ச்சி ஆகையாலே ஆழ்வார்கள் இச்செயலில் ஆழங்காற்பட்டனர். அவன் கனவிலே வெண்ணெயுண்டு இடையரிடம் கட்டுண்டு அடிபட்ட இவ்வொரு செயலே ஆழ்வார்களை இங்ஙனம் மயங்கச் செய்யுமாகில் அவனது பாலசரித நிகழ்ச்சிகள் அனைத்திலும் ஒன்றுவிடாமல் ஈடுபட்ட பெரியாழ்வாரை அவை மயங்கச் செய்ததில் வியப்பு என்ன இருக்கிறது?

ஏனைய ஆழ்வார்கள் எல்லாரும் கிருஷ்ண லீலைகள் ஒவ்வொன்றில் மட்டுமே ஈடுபட, பெரியாழ்வாரோ அவனது பிறப்புத் தொடங்கிமுற்ற முடிய அனுபவித்தார். எனவேதான் கிருஷ்ணாநுபவம் செய்த ஆழ்வார்களுக்குள்ளே பெரியாழ்வாரே மேம்பட்டவர் என அறுதியிட்டார் மணவாளமாமுனிகள்.

இங்கு முற்ற முடிந்த அனுபவம் என்பது எது?

கிருஷ்ணாவதார நிகழ்ச்சிகள் முழுவதையும் ஆழ்வார் பாட வில்லை என்பதை முன்னரே குறித்தோம். அவன் கோகுலத்தில் வளர்ந்த காலத்தில் நடந்த பாலசரித நிகழ்ச்சிகளைப் பாடுவதோடு ஆழ்வாரின் கிருஷ்ணாநுபவம் நிறைவடைகின்றது. கோகுலத்திலிருந்து

வடமதுரைக்கும் அதன் பின்னர் துவாரகைக்கும் சென்று யாதவர் தலைவனாகவும் தேர்ந்த அரசியல் ஞானியாகவும் பாண்டவர் தோழனாகவும் திகழ்ந்து தன்னுடைச் சோதிக்குத் திரும்புவது வரையுள்ள கிருஷ்ணாவதார நிகழ்ச்சிகளையெல்லாம் ஆழ்வார் பாடவில்லை. அவன் பாணடவர்க்காகத் தூது சென்றதும், தேரோட்டியதும், பாதரப்போரை நடத்தியதும், வாணன் காவலைக் கட்டழித்ததும், பழித்த சிசுபாலனைக் கொன்றதுமான கிருஷ்ணாவதாரத்தின் பிந்திய நிகழ்ச்சிகளை அவர் ஆங்காங்குப் பாடவே செய்கிறார். ஆயினும் அவை சிறு குறிப்புகளே தவிர விரிவான வருணனைகள் அல்ல. காலத்தாற் பிற்பட்டவரான ஆழ்வார் கிருஷ்ணசரித நிகழ்ச்சிகள் அனைத்தையும் நன்கு அறிந்தவர். அவர் பாலசரித நிகழ்ச்சிகளைப் பாடும்போது கிருஷ்ணாவதாரத்தின் பிந்திய நிகழ்ச்சிகளையும் இணைத்தே பாடுகிறார்.

'போர்ஒக்கப் பண்ணி இப்பூமிப் பொறைதீர்ப்பான்
தேர்ஒக்க ஊர்ந்தாய் செழுந்தார் விசயற்காய்;
கார்ஒக்கு மேனிக் கரும்பெருங் கண்ணனே!
ஆரத்தழுவாய் வந்து, அச்சோ! அச்சோ!
ஆயர்கள் பேரேறே! அச்சோ! அச்சோ!" *(1-8-6)*

"மெச்சூது சங்கம் இடத்தான் நல்வேய்ஊதி
பொய்ச்சூதில் தோற்ற பொறையுடை மன்னர்க்காய்,
பத்தூர் பெறாதன்று பாரதம் கைசெய்த
அத்தூதன் அப்பூச்சி காட்டுகின்றான்;
அம்மனே! அப்பூச்சி காட்டுகின்றான்" *(2-1-1)*

எனவரும் பாசுரங்களைக்கொண்டு இதையறியலாம். குழந்தைக் கண்ணனின் அச்சோப் பருவத்தையும் அவன் பூச்சிகாட்டி விளையாடு வதையும் (பூச்சி என்று சொல்லிப் பிறரைப் பயங்காட்டுதல்) பாடும்போது, அவனை, 'விசயனுக்காகத் தேர் ஊர்ந்தவன், பாரதம் கை செய்தவன், பாண்டவர் தூதன் எனக்குறிப்பது பொருந்துமா?' என்னும் கேள்விக்கே இங்கு இடமில்லை. நாடறிந்த கிருஷ்ணாவதார நிகழ்ச்சிகளைப் பின்புலமாகக்கொண்டு தாம் பெற்ற கிருஷ்ணாநுபவத்தைப் பிறரும் பெற்று அனுபவிக்கச் செய்வதே ஆழ்வாரின் நோக்கமாகும். அந்நோக்கத்தில் அவர் பூரணமான வெற்றி பெற்றார் என்றே கருதலாம்.

கரும்பு தின்பவன் என்ன செய்வான்? கீழே உள்ள மண்பற்றை (மண்பற்றியுள்ள வேர்ப்பகுதியை)க் கழித்துவிடுவான்; மேலேயுள்ள நுனிக்கரும்பையும் நீக்கிவிடுவான்; இடைப்பட்ட பகுதியே அவன் விரும்பியுண்பதற்கு ஏற்றதாகும். கிருஷ்ணாவதாரத்தில் பாலசரித நிகழ்ச்சிகளிலேயே ஆழ்வார்கள் பெரிதும் ஈடுபட்டதற்கு இந்தக் கரும்பு தின்னும் செயலையே உவமையாக்கி விளக்கம் தருகிறார் பெரியவாச்சான்பிள்ளை.

'கீழ் பரத்துவத்தை மண்பற்றென்று கழிப்பர்; கம்சவதத்துக்கு மேல் நுனிக் கரும்பென்று கழிப்பர்' (பகவத்விஷயம் 8-1-3) என்பது அவர் கூற்று.

கிருஷ்ணாவதாரத்திற்கு வேராக உள்ளது அவன் பரமபதத்தில் இருக்கும் பரத்துவநிலை. ஆழ்வார்கள் அந்தப் பரத்துவத்தையும் மண்ஒட்டிய கரும்பின் - வேர்ப்பகுதி போன்றது என்று கழித்து விட்டார்களாம். கிருஷ்ணாவதாரத்தில் கம்பவதத்திற்கு மேலாகவுள்ள பகுதியைச் சாரமற்ற நுனிக்கரும்பு என்று ஒதுக்கி விட்டார்களாம். இடையேயுள்ள பாலசரித நிகழ்ச்சிகள்தாம் அவர்களுக்குத் தின்னத் திகட்டாத சுவைமிக்க பகுதியாம். எனவே ஆழ்வார்கள் அதிலேயே சுவைகண்டு பாடினார்களாம். அங்ஙனம் சுவைத்துப் பாடியவர்களுள் முதலிடம் பெறுபவர் பெரியாழ்வார் ஒருவரே.

இறுதியாக இச்சுவைப் பகுதியில் தாய்மையுணர்ச்சி பொங்கப் பேசும் பெரியாழ்வார் பாசுரங்கள் சிலவற்றை எடுத்துக்காட்டி இக்கட்டுரையை நிறைவு செய்வோம்.

"அரவணையாய்! ஆயர் ஏறே!
அம்மம் உண்ணத் துயிலெழாயே!"
"முத்தனைய முறுவல் செய்து
மூக்குறிஞ்சி முலை உணாயே"
"நத்கோபன் அணிசிறுவா!
நான்சுரந்த முலைஉணாயே!"
"என்ன நோன்பு நோற்றாள் கொலோ?
இவனைப்பெற்ற வயிறுடையாள்
என்னும் வார்த்தை எய்துவித்த
இருடிகேசா! முலை உணாயே"
"ஒருமுலையை வாய்மடுத்து
ஒருமுலையை நெருடிக்கொண்டு
இருமுலையும் முறைமுறையாய்
ஏங்கி ஏங்கி இருந்து உணாயே" *(2-2-1, 2,3,6,8)*

கண்ணனைத் தாய்ப்பால் உண்ண அழைக்கும் அசோதை கூற்றாக அமைந்த பாசுரப் பகுதிகள் இவை. இத்தகைய அருமைப் பாசுரங்களைப் படிக்கும்போது அவருடைய பாவனாசக்தி அவரைப் பெண்ணாக மாற்றியதோடன்றி அவரிடத்தே பால் சுரக்கும்படி செய்ததுவோ என்னும் மருட்சியையே நம் மனத்தில் தோற்றுவிக்கின்றது.

கண்ணனின் மாயச்செயல்களைக் கண்டு 'இவன் அசோதையின் பிள்ளைதானா?' என்னும் ஐயத்தில் 'தத்துக்கொண்டாள் கொலோ?

தானே பெற்றாள் கொலோ?' (2-1-7) என்று ஆய்ப்பாடிப் பெண்கள் தமக்குள் ஐயுற்றுப் பேசிக்கொண்டார்களாம். பெரியாழ்வாரின் தாய்மையுணர்ச்சியைப் பார்க்கும்போது, 'இப்பாவனா சக்தி ஏறிட்டுக் கொண்டதா? அல்லது பிறப்பிலேயே பெற்றதா?' என்னும் ஐயம்தான் நமக்கும் எழுகின்றது.

இத்தகைய ஐயத்திற்கு இடமின்றி ஆழ்வாருடைய கிருஷ்ணாநுபவத்தை உடனிருந்தே கண்டவர் அவரது திருமகளாரான ஆண்டாள். எனவே அவர் ஓரிடத்தில், 'கண்ணன் ஆழ்வார் இட்ட வழக்காய் இருப்பவன். அவர், 'நாரணா வாராய்!' என அழைத்தால் வந்தே தீருவான்; அப்படி அவன் வரும்போது அவனை நாம் பெற்று மகிழ்வோம்' என்கிறார். இதனை,

"விட்டுசித்தர் தங்கள் தேவரை
வல்லபரிசு வருவிப்பரேல் அது காண்டுமே"

என நாச்சியார் திருமொழியில் (10-10) வெளியிடுகிறார் அவர். இதனால் ஆழ்வாரின் கிருஷ்ணாநுபவம் எத்துணை உண்மையானது என்பதை நாம் உணரலாம்.

'கற்பார் இராமபிரானையல்லால் மற்றும் கற்பரோ?' (7-5-1) என்று வினவினார் நம்மாழ்வார். அவரே, 'கண்ணன் அல்லால் தெய்வம் இல்லை' (5-2-7) என்றும், 'கண்ணன் இன்னருளே கண்டு கொண்மின்' (6-3-4) என்றும், 'கண்டும் தெளிந்தும் கற்றார் கண்ணற்கு ஆளன்றி ஆவரோ?' (7-5-7) என்றும் பாடி மகிழ்ந்தார்.

கண்ணனுடைய விக்கிரமம் எல்லாம் ஒன்று ஒழியாமல் தம் உள்ளத்தில் எழுதிக்கொண்டவர் பெரியாழ்வார்.

"விழிக்கும் கண்ணிலேன் நின்கண் மற்றல்லால்
வேறொருவரோடு என்மனம் பற்றாது" (5-1-2)

என்னும் உறுதிப்பாட்டுடன் வாழ்ந்தவர் அவர். கண்ணனுக்கு அன்றி வேறொருவருக்கு ஆளாகாத தன்மையையே அவரது கிருஷ்ணாநுபவம் பற்றிய பாசுரங்கள் நமக்கு உணர்த்துகின்றன. 'கற்குங் கல்வியெல்லாம் கண்ணன்' (திருவாய்மொழி 6-5-4) என்றே வாழ்ந்தவர் அவர். அவருடைய திருமொழியால் நாம் பெறும் தெளிந்த முடிவு இதுவே ஆகும்.

6. இலக்கியத்திறன்

பக்தி ஒன்றினால் பரந்தாமனைக் கண்ணுள்ளும் நெஞ்சுள்ளும் நின்று நீங்காதவனாய்க் கண்டு அனுபவித்தவர்கள் ஆழ்வார்கள் ஆவர். அவர்களது இவ்வனுபவ நுகர்ச்சியும் அதனால் பிறந்த மகிழ்ச்சியும் உள்ளடங்காத நிலையில் அவை அழகிய கவிதைகளாக, சொல்மாலைகளாக வெளிப்பட்டன.

> "பண்ணுளாய்! கவிதன்னுளாய்! பத்தியின் உள்ளாய்!
> பரமீசனே! வந்து, என்
> கண்ணுளாய்! நெஞ்சுளாய்! சொல்லுளாய்!
> ஒன்று சொல்லாயே" (திருவாய்மொழி 7-1-6)

என்றும்,

> "பாட்டினால் உன்னைஎன் நெஞ்சத்து இருந்தமை
> காட்டினாய்" (பெரியதிருமொழி 8-10-9)

என்றும் ஆழ்வார்கள் தங்கள் இறையனுபவம் கவிதையாகப் பெருக்கெடுத்த வகையினை வெளிப்படுத்தியுள்ளனர். இதன் விளைவாக, 'நாலாயிரத் திவ்வியப்பிரபந்தம்' என்னும் பக்திப்பனுவல் தமிழுக்குக் கிடைத்தது. 'இதன் கவிதைச் சுவையும் அழகும் நுகர்ந்து நுகர்ந்து இன்புறத்தக்கன' என்றும், 'தமிழ் மக்கள் அனைவருக்கும் பொதுவுடைமையாக இது கொள்ளுதற்குரிய பெருந்தகுதி வாய்ந்தது' என்றும், 'பக்திப்பாடல் என்ற நூல்வகையில் இதனைப் போன்ற பெருமையுடைய நூல்கள் மிகமிகச் சிலவற்றைத்தான் கருதுதல் கூடும்' என்றும் அறிஞர் எஸ். வையாபுரிப்பிள்ளை இதன் சிறப்பினை மூவகைப்படுத்தி மொழிந்திருப்பது இங்கு எடுத்துக்காட்டத்தக்கது.

காலம் கடந்தும் சமய பேதங்களைத் தாண்டியும் நிற்கக்கூடிய கலையழகு மிக்க கவிதைகளைப் படைத்தவர் பெரியாழ்வார். கவிஞர் ஒருவர்க்கு இன்றியமையாது வேண்டப்படும் பாவனாசக்தியும், உணர்ச்சியும், கற்பனை, வடிவம், மொழிநடை முதலான வெளிப்பாடு உத்திகளும் பெரியாழ்வாரிடம் சிறந்திருந்தன. கண்ணனின் தாய் அசோதையாகத் தம்மை அவர் பாவித்துக்கொண்டு - பெற்ற கிருஷ்ணாநுபவம் அவர் பாவனையின் கொடுமுடிக்கே சென்றதைக் காட்டும். அந்தணர் குலத்திற் பிறந்தவரான ஆழ்வார் - அசோதையாக மாறிய நிலையில் ஆய்ப்பாடிச் சூழ்நிலையை - ஆயர்களின் வாழ்க்கை முறையை ஆங்காங்கே வருணிக்கிறார். இவ்வருணனை அவரது கிருஷ்ணாநுபவத்துக்கு ஏற்ற நாடகப் பின்னணியாக அமைந்துவிடுகின்றது. இதனால் கதைமாந்தரான கண்ணனையும் அசோதையையும் அவர்கள் வாழ்ந்த வாழ்க்கைச் சூழலில் காண்பது

போன்ற அனுபவத்தைக் கவிதையைப் பயில்வோரும் அடைகின்றனர்.

'ஆய்ப்பாடியில் வாழும் தாய்மார் மோர் விற்கப்போவர்; தமப்பன்மார்களோ கன்றுகளையுடைய ஆனிரைகளுக்குப் பின்னால் செல்வர். வீட்டில் உள்ள பெண்கள் கறந்தபாலைக் காய்ச்சும் பொருட்டு அடுப்பின் மீது ஏற்றுவர். அங்ஙனம் காய்ச்சிய பாலில் பிரையூற்றி உறையச்செய்து அதிகாலையில் எழுந்து மத்தினை நாட்டிக் கடைவர். காலை, உச்சி, அந்தி என முப்போதும் கறந்த பாலை ஆயர்கள் தோள்மீது காவடியிற் சுமந்து வந்து சேர்த்த வண்ணம் இருப்பர். ஆயர்குலப் பெண்களோ அந்தப் பாலைக் காய்ச்சுவதும் கடைவதுமாக இருப்பர். இடை இருபக்கமும் வளையும்படி மத்தில் உள்ள கயிற்றை இழுத்துப் பெரியமிடாக்களில் உள்ள தயிரை அவர்கள் கடைவர். விடிகாலை முதல் இப்படித் தொடர்ந்து கடைவதால் அவர் தம் கைகளில் தழும்பு ஏறிவிடும். மாலையானதும் கோவலர்கள் குழலூதிக்கொண்டே ஆனிரைகளின் பின்னே வருவர். ஆனிரைகள் வீடு திரும்பிய பின்னர், பால் கறக்கத் தாமதமானால் கறவைப்பசுக்கள் எல்லாம் கன்றுகளை நினைத்துக் கதறத் தொடங்கிவிடும். ஆயர்களின் இல்லந்தோறும் உறிகளின் மீதுள்ள பாண்டங்களில் நெய்யும் காய்ந்த பாலும் வடிதயிரும் நறுவெண்ணெயுமாக வைக்கப்பட்டிருக்கும். ஆயர்தம் சிறுவர்கள் வெண்ணெய் அளைந்த குணுங்கும் - மாட்டுத்தொழுக்களில் விளையாடியதால் புழுதியளைந்த மேனியுமாகக் காட்சியளிப்பர். அவர்கள் விளையாட்டாகக் கன்றுகளின் செவியில் கட்டெறும்பைப் பிடித்து விடுவர். அவற்றின் வாலில் ஓலைகளைக் கட்டி அவை வெருண்டு ஓடுவது கண்டு மகிழ்ந்து இருப்பர். அவர்கள் சிறு கன்றுகளை மேய்ப்பதற்காகக் கோல்கொண்ஈடு அக்கன்றுகளுக்குப் பின்னால் செல்வர். அப்போது குடைபிடித்து, செருப்பு அணிந்து செல்வர். கன்றுகள் கைகழிந்து போகாதபடி அவற்றை மறித்துத் திருப்புவர். கானகமெல்லாம் திரிந்து கரிய திருமேனி வாடும்படி கன்றுகளை மேய்த்து மாலையானதும் வீடு திரும்புவர். அவ்வாறு திரும்புகையில் காட்டிலுள்ள கார்க்கோடல் பூக்களைச் சூடிக்கொண்டு வருவர். மயிற்பீலியாலான குடைகளைத் தாங்கி வருவர். பல வாத்தியங்கள் முழங்க வீடு திரும்புவர். முல்லை, மல்லிகை மலர்களால் தொடுக்கப்பட்ட மாலைகளை அணிந்துவருவர். அவர்தம் தந்தையர் அவர்களை எதிர்பார்த்து உணவு கொள்ளாமல் காத்து இருப்பர். வீடு திரும்பிய சிறுவர்கள் நெய்யோடு பாலுமுதுண்டு மகிழ்வர்.'

ஆழ்வார் ஆங்காங்கு ஆய்ப்பாடிச் சூழலைக் குறித்துச் சொன்ன தொடர்களில் இருந்து தொகுத்துக் கருத்துச் சுருக்கம் இது.

இத்தகைய ஆய்ப்பாடிச் சூழ்நிலையில்தான் 'கிருஷ்ணலீலை' களை வருணிக்கிறார் அவர். இந்தச் சூழலை ஒருபோதும் மறவாத நிலையிலேயே அவரது கவிதையனுபவம் நடக்கிறது. கண்ணன் - தன் திருவரையில் கட்டிய மணி ஒலிக்கும்படி தளர்நடை நடக்கிறான். ஆய்ச்சியனா அசோதைக்கு அந்தமணி காளைமாட்டின் கழுத்தில் கட்டிய மணிபோல ஒலிக்கிறதாம். 'கடுஞ்சேக் கழுத்தின் மணிக்குரல்போல் உடைமணி கணகணென' என்பது (1-7-7) பாசுரம். வாழ்நிலைக்கும் சூழ்நிலைக்கும் ஏற்பவே ஆழ்வார் பாத்திரங்களைப் பேசவைப்பதற்கு மேலும் சில சான்றுகள் காட்டலாம். கண்ணனை அழைக்கும் அசோதை 'பட்டிக்கன்றே' (1-6-1) என்கிறாள். பட்டிக்கன்று - என்பது அடங்காமல் பிறர் கொல்லைகளில் பட்டி மேய்ந்து திரியும் கன்றாகும். பிறர் வீடுகளில் உள்ள நெய், பால் முதலியவற்றைக் களவில் உண்டு மகிழும் கண்ணனை அவன் வாழ்ந்த சூழலுக்கு ஏற்ப உணர்த்தும் ஒரு குறியீட்டுச் சொல்லாக இது, அமைந்து விடுகின்றது.

ஆயர்களிடத்தே ஒரு பக்கம் உண்டாம். அழகிய கன்றுகளை உடையவர்களுக்குத் தெரியாமல் களவில் கொணடுபோய் விடுவார்களாம். இதனைக் 'கன்றுகால்மாறுதல்' எனக்குறிக்கும் ஆழ்வார், 'கண்ணன் - தன் காதலியைக் களவில் கொண்டு சென்றதும் ஆயர்களின் இச்செயலைப் போன்றதே' என்கிறார் (3-8-2). மகளைப் பிரிந்து வருந்தும் தாயின் பேச்சாக இதனை வெளியிட்டுள்ளார்.

கண்ணன் காலிக்குப்பின்னே அவற்றை மேய்ப்பதற்காகக் காடு செல்வதும், மாலையில் அவற்றிப் பின்னே குழலூதிக்கொண்டு வீடு திரும்புவதுமான செயல்களைக்கூட இப்பின்னணிக்கு மேலும்' வலுவூட்டுவதாகவே ஆழ்வார் வருணிக்கின்றார். இவை அசோதை கூற்றாக அமைவன.

இடைச்சாதிக்குத் தக்கபடி ஆமைத்தாலி என்னும் ஆபரணத்தைக் கழுத்தில் அணிந்திருக்கிறான். மயில் தோகைகளை ஒன்றுசேர்த்துப் பின்புறத்தில் கட்டித் தொங்கவிட்டிருக்கிறான். வேலிக்கால்களிலே வெட்டின சிறுகோல்களை வில்லாகச் செய்து நாணேற்றி வளைத்து விளையாடிக்கொண்டே பசுக்கூட்டங்களின் பின்னே போகிறான் கண்ணன்.

> "வேலிக்கோல் வெட்டி விளையாடு வில்லேற்றி
> தாலிக் கொழுந்தைத் தடங்கழுத்திற் பூண்டு
> பீலித் தழையைப் பிணைத்துப் பிறகிட்டுக்
> காலிப்பின் போவான்..." (2-6-1)

என்பது பாசுரம்.

இவ்வாறு ஆழ்வார் காட்டும் முல்லைநிலப் பின்னணிக்கு ஏற்பவே அவர் தமது கவிதைகளில் நாட்டார் வழக்காறுகளையும், சொற்களையும் பெய்து பாடியிருக்கின்றார். வாய்மொழி இலக்கியத்தைத் தழுவித் தம் பாசுரங்களை அமைத்திருக்கிறார். ஆழ்வார்களிலேயே நாட்டார் கலைகளோடும் உணர்வுகளோடும் மிகவும் நெருங்கி வருபவர் இவர் ஒருவர் மட்டுமே.

'என்னான்' என்னும் திருமொழி உந்தி பறத்தல் என்னும் நாட்டார் விளையாட்டைத் தழுவி அமைந்ததாகும். 'உந்திபறத்தல்' என்பது மகளிர் விளையாட்டு வகைகளுள் ஒன்று. கால்களை உந்திக்குதித்து எழுந்து, கைகளால் இறக்கை விரித்துப் பறப்பது போன்ற பாவனையில் அமைந்ததால் இதற்கு உந்தி பறத்தல் என்ற பெயர் ஏற்பட்டிருக்கலாம். மகளிர் பேச்சாக அமைந்த நாட்டுப்புற ஆடல் பாடல்களைப் பின்பற்றித் தமிழ்ப் பக்திநெறிக் கவிஞர்கள் படைத்த பாடல் வகைகள் பலவாகும். திருவாசகத்தில் உள்ள திருவம்மானை, திருப்பொற்கண்ணம், திருத்தெள்ளேணம், திருச்சாழல், திருப்பூவல்லி, திருவுந்தியார், திருத்தோள் நோக்கம்,, அன்னப்பத்து, குயில்பத்து போன்றவை இவ்வகையில் குறிப்பிடத்தக்கவை. பெரியாழ்வாரின் உந்திபறத்தல் இத்தகைய நாட்டார் பாடலைத் தழுவி அமைந்ததே. இத்திருமொழியில் வரும் ஆயர் மங்கையர் இருவருள் ஒருத்தி கண்ணனைப் புகழ்ந்தும், மற்றொருத்தி இராமனைப் புகழ்ந்தும் ஒருவர்க்கொருவர் எதிரிடையாகச் சொல்லி உந்திபறத்தல் என்னும் விளையாட்டை ஆடுகின்றனர்.

"மாயச் சகடம் உதைத்து மருதிறுத்து
ஆயர்களோடு போய் ஆநிரைகாத்து அணி
வேயின் குழலூதி வித்தகனாய் நின்ற
ஆயர்கள் ஏற்றினைப் பாடிப்பற!
ஆநிரை மேய்த்தானைப் பாடிப்பற!" *(3-9-9)*

கிருஷ்ணாவதாரத்தில் ஈடுபட்டவளின் பாசுரம் இது.

"காரார் கடலை அடைத்திட்டு இலங்கைபுக்கு
ஓராதான்பொன்முடி ஒன்பதோடு ஒன்றையும்
நேரா அவன் தம்பிக்கே நீள்அரசு ஈந்த
ஆராவமுதனைப் பாடிப்பற!
அயோத்தியர் வேந்தனைப் பாடிப்பற!" *(3-9-10)*

இராமாவதாரத்தில் ஈடுபட்டவனின் பாசுரம் இது. இவ்வகைப் போக்கிலேயே திருமொழி முழுதும் அமைந்திருக்கிறது. இவ்விரு அவதாரங்களைக் குறித்து நாட்டுப்புற மகளிரிடையே வழங்கிய பாடல்களை அடியொற்றி- ஆழ்வார் இத்திருமொழியைப்

பாடியிருக்கலாம்.

இக்கருத்தினை அரண் செய்வதற்கான சான்றுகள் பெரியாழ்வார் திருமொழியில் உண்டு.

குழந்தைக் கண்ணனுக்குத் தாலாட்டுப் பாடுதல் முதலாக உள்ள பிள்ளைமைப் பருவப் பாடல்கள் பலவற்றுள்ளும் நாட்டுப்புற இலக்கியத்தின் செல்வாக்கினை நிறையவே காணலாம்.

பிரமன் முதலானோர் கண்ணனுக்கு எனக் கொடுத்தனுப்பிய பரிசுப் பொருள்களைப் பட்டியலிட்டு அசோதை பாடும் தாலாட்டானது, மாமன்மார் வழங்கிய சீர்வரிசைகளைக் கூறிப் பெண் ஒருத்தி பாடும் நாட்டார் தாலாட்டுப் பாடலையே நினைவூட்டு கின்றது.

அக்காலத்தே கண்ணனைப் பற்றிய கதை நிகழ்ச்சிகள் தாலாட்டி லும் வேறு சில நாட்டார் பாடல்களிலும் இடம்பெற்றிருக்கக்கூடும். பெரும்பாலும் பெண்கள்கூற்றாக அமைந்த அப்பாடல்களில் அசோதை பாவனையில் பாடிய பெரியாழ்வார் பெரிதும் ஈடுபட்டிருக்கக்கூடும். அவ்வீடுபாட்டின் விளைவாகவே ஆழ்வாரின் கிருஷ்ணாநுபவப்பாடல்களில் நாட்டுப்புற இலக்கியத்தின் சாயல் படிந்தது என்று நாம் கருதலாம்.

“வனம்போன பாண்டவர்க்குத்
துணைபோன மாயவனோ?
துணைபோன மாயவனோ?
தூதுசென்ற மாயவனோ?
தூதுசென்ற மாயவனோ?
துவாரகை மன்னவனோ?”

என்பது வாய்மொழி இலக்கியத்தில் இடம்பெறும் ஒரு தாலாட்டுப் பாடல்.

“கொண்டுவா! கொண்டுவாடி கோபாலனை இங்குக்
கொண்டுவா! கொண்டுவாடி!
பாலைக் குடிக்கிறான்டி கோபாலக்கண்ணன்
பானையை உடைக்கிறான்டி!
மோரைக் குடிக்கிறான்டி கோபாலக்கண்ணன்
மொந்தையை உடைக்கிறான்டி!
புன்னைமரம் ஏறுறான்டி கோபாலக்கண்ணன்
புல்லாங்குழல் ஊதுறான்டி
கொண்டுவா! கொண்டுவாடி கோபாலனை இங்குக்
கொண்டுவா! கொண்டுவாடி!”

என்பதும் ஒரு நாட்டார் பாடலே. இந்தப் பாடல் கண்ணனது குறும்பு களையும் அவன் ஆய்ச்சியரிடம் பிடிபட்டுச் சரியான தண்டனை பெறப்போகிறான என்பதையும் உணர்ச்சியோடு வெளியிடுகிறது. கண்ணனைக் குறித்து அசோதையிடம் ஆய்ச்சியிர் முறையிடுவதாக ஆழ்வார் பாடிய பாசுரங்களில் இந்த நாட்டார் பாடலின் சாயலை நாம் காணலாம். ஆழ்வார் காலத்திலும் இத்தகைய வாய்மொழிப் பாடல்கள் வழங்கியிருக்கக்கூடும். அப்பாடல்களைக்கேட்டு அனுபவித்த ஆழ்வார் கண்ணனைப் பற்றிய தமது பாடல்களிலும் வாய்மொழி இலக்கியத்தின் பண்புகளை இடம்பெறச் செய்தார் என்று நாம் கருதலாம்.

நாட்டார் இலக்கியத்தில் ஒரு கூறாகக் காணப்படும் பழமொழி யாகும். 'ஓணத்தான் உலகாளும்' என்பதும், 'காக்கை வாயிலும் கட்டுரை கொள்வர்' என்பதும், 'புண்ணியற் புளிப்பெய்தாற்போல' என்பதும் இவர் எடுத்தாண்டுள்ள பழமொழிகளாகும். இவற்றுள், 'காக்கை வாயிலும் கட்டுரை கொள்வர்' என்பது, 'பல்லியின் சொல்லும் சொல்லாக் கொள்வதோவுண்டு பண்டுபண்டே' என்னும் நம்மாழ்வாரின் (திருவிருத்தம் 48) பாசுரத்தொடரை நினைவூட்டு கின்றது. 'அகப்பை உப்பறியாது,' 'காம்பு கழன்ற அகப்பை ஒன்றுக்கும் உதவாது' என்னும் பொருளமைந்த பழமொழிகளையும் பெரியாழ்வார் பாசுரத்தில் காணலாம். இவற்றுள் முன்னதை 'மூழை உப்பறியாது என்னும் மூதுரை' என்றே குறிப்பிடுகின்றார். இதனால் 'மூதுரை' எனப்படும் பழமொழியினிடத்து அவர் கொண்டிருந்த விருப்பமுடைமை நன்கு புலனாகும். அவ்விருப்பத்தினாலேயே பழமொழி ஒன்றையே ஒவ்வொரு பாசுரத்தின் ஈற்றிலும் வைத்து ஒரு பதிகம் பாடியிருக்கிறார். 'நெய்க்குடத்தை' எனத்தொடங்கும் திருமொழி அது. அதில் இடம்பெறும் பழமொழி, 'பண்டன்று பட்டினம் காப்பு' என்பதாகும்.

'பட்டினம் முன்போல் அன்று, இப்போது அது காவல் உடையதாக இருக்கிறது' என்னும் பொருளில் 'பண்டன்று பட்டினம் காப்பு' என்னும் பழமொழி முற்காலத்துப் பெருக வழங்கியது போலும். பிறிதுமொழிதலாக அமைந்த இப்பழமொழியை ஈற்றடியாகக் கொண்ட வெண்பா ஒன்றினை முத்தொள்ளாயிரத்திலும் காண் கிறோம். 'பனிவாடையே! முன்போல நினைத்து என்னை நீ தாக்குதற்கு வராதே; 'தலைவன் வரபபோகிறான்' என்னும் தூதுச் செய்தியோடு இதோ வண்டு ஒன்று வந்துசேர்ந்தது. முன்போல் நினையாதே. இப்போது பட்டினம் காவல் உடையதாகிவிட்டது. ஆகவே நீ வராதே' என்னும் பொருளில்,

> "வண்டொன்று வந்தது வாரல் பனிவாடாய்
> பண்டன்று பட்டினம் காப்பு"

என்கிறாள்.

இப்பழமொழியையே ஆழ்வாரும் தம் திருமொழியில் (5-2) பாசுரம் தோறும் 'பண்டன்று பட்டினம் காப்பே' என்று அமைத்துப்பாடக் காண்கிறோம். இறைவன் என் உள்ளத்தினுள்ளும் உடம்பினுள்ளும் புகுந்து தங்கிவிட்டதால் அவனுக்குரிய பட்டினமாகிய இந்த ஆன்மா பழைய நிலையில் உள்ளதன்று; இப்போது காவல் உடையதாகி விட்டது. அவனால் காக்கப்பெறுகின்றது. ஆதலால் வல்வினை நோய்காள்! இங்கிருந்து ஓடிப்போய்விடுங்கள்' என்று கூறும் நிலையில் இப்பாசுரங்கள் அமைந்துள்ளன.

பெரியாழ்வார் தம் பாசுரங்களில் வழக்குச் சொற்கள் சிலவற்றையும் கையாண்டிருக்கிறார்.

> "ஆழிஅங்கையனே அச்சோ! அச்சோ!
> "கோவிந்தன் குழல்வாராய் அக்காக்காய்!"
> "உனக்கு அஞ்சுவன் அம்மம் தரவே"
> "அம்மனே! அப்பூச்சி காட்டுகின்றான்"
> "கத்தக் கதித்துக் கிடந்த பெருஞ்செல்வம்"
> "புள்ளிது வென்று பொதுக்கோ வாய் கீண்டிட்ட"
> "நன்று கண்டாய் என்தன சொல்லு"
> "அஞ்சன வண்ணா! அசலகத்தார் பரிபவம்
> பேசத்தரிக்க கில்லேன்"
> "பெருப்பெருத்த கண்ணாலங்கள் செய்து"

என வருவனவற்றை இதற்குச் சான்றாகக் காட்டலாம்.

'சிறுக்கி' என்பது இன்றும் பெண்களைக் குறிக்கின்ற பேச்சு வழக்குச் சொல்லாகும். இதன் எதிர்நிலையாகச் 'சிறுக்கன்' என்னும் சொல்லால் கண்ணனைக் குறிக்கிறார் ஆழ்வார்.

> "ஆலின் இலை வளர்ந்த சிறுக்கன்" (1-4-7)
>
> "கருஞ்சிறுக்கன் குழல் ஊதினபோது" (3-6-4)

என்பன அவரது பாசுரத்தொடர்களாகும். சில வடசொற்களைக்கூட அவர் பேச்சுமொழியின் சாயலில் கையாள்வது போலவே தோன்றுகிறது. தர்மம், கந்தர்வர், இந்திரஜாலம், ஸ்தோத்ரம், கல்யாணம், சிருங்காரம், ஊர்வசி, ருக்மிணி முதலான சொற்களை முறையே தன்மம், காந்தப்பர், இந்திரஞாலம், சோத்தம், கண்ணாலம், சிலிங்காரம், உருபசி, உருப்பிணி என்று அவர் குறிப்பதை இதற்கு

எடுத்துக்காட்டாகக் கூறலாம்.

இங்ஙனம் அவர் கவிதையில் இடம்பெறும் வாய்மொழி இலக்கியப் பண்புகள் சாதாரணப் பொதுமக்களின் நாவில் நிலவிய உயிருள்ள பேச்சுமொழியிலிருந்து எடுக்கப்பட்டவையே. அதிலுள்ள அரிய கலைச்செல்வத்தை இனம்கண்டு அதைத் தம் பாசுரங்களில் கையாண்டதன் மூலம் ஆழ்வார் தம் படைப்பை மேம்படுத்தி யிருக்கிறார் என்றே கூறலாம்.

ஒவ்வொரு கலைக்கும் இன்றியமையாது வேண்டப்படுவன மூன்று. அவை உணர்ச்சி, கற்பனை, வடிவம் என்பன. ஏக்கத்திலும் துன்பத்திலும் துயரத்திலுமே பாட்டுக்குரிய உணர்ச்சி மிகுந்து நிற்கிறது என்பர். தன் மகனுக்குக் கம்சனால் என்னாகுமோ - என்று தாயுள்ளம் படும் துன்பத்தில் ஆழ்வார் படைத்த கவிதை இது.

"போய்ப்பாடுடைய நின் தந்தையும் தாழ்த்தான்,
பொருதிறல் கஞ்சன் கடியன்,
காப்பாரும் இல்லை, கடல்வண்ணா! உன்னைத்
தனியேபோய்எங்கும் திரிதி" (2-3-1)

பசுக்களின் பின்னே சென்ற கணவனும் வீடு திரும்பவில்லை. வீட்டை விட்டு வெளியே சென்ற பிள்ளையோ தன்தோழர்களோடு சேர்ந்து இங்குமங்குமாகச் சுற்றித் திரிகின்றான். சிலசமயங்களில் தோழர்களை நீங்கி அவன் தனியே போவதும் உண்டு. அப்படித் தனிமைப்பட்டால் அவன்மீது கறுக்கொண்டிருக்கும் கம்சனுக்கு அது வாய்ப்பாகி விடுமே! அவன் எந்தச் சமயத்தில் யாரை அனுப்பி என் பிள்ளைக்கு என்ன தீங்கு செய்வானோ? ஒன்றும் தெரியவில்லை. உபாயமறிந்து காப்பாற்ற வல்லவர் ஒருவரும் இல்லையே! - என்கிற சிந்தனை தாய் அசோதைக்கு. அந்தக் கவலையில் தனக்கு முன்னால் கண்ணன் இருப்பதாகப் பாவித்துக்கொண்டு தன் மனத்துயரத்தை மேலே குறித்தவாறு வெளியிடுகிறாள் அவள்.

'எல்லாம் வல்ல இறைவனே கண்ணனாகப் பிறந்தான். எனவே அவனுக்குத் தீங்கு செய்வார் எவரும் இல்லை' என்பதை நன்கு அறிந்தவர்தாம் ஆழ்வாரும். ஆனால் அசோதை ஆகித் 'தன்னை மறந்து தன்நாமங்கெட்டுத் தாய்மையுணர்ச்சி மேலோங்க, 'காப்பாரும் இல்லை கடல்வண்ணா! உன்னை' என்று அவர் பாசுரமிடுவது நம் நெஞ்சத்தை உருக்கவே செய்கின்றது. தாய்மை உணர்ச்சியின் அழகிய வெளிப்பாடு இது.

பாட்டின் நடையிலும் ஒலிநயத்திலும் கூட உணர்ச்சியைப் புலப்படுத்த இயலும். பெரியாழ்வாரிடமிருந்தே இதற்குச் சான்றுகள் காட்டலாம்.

"உய்ய உலகுபடைத்து உண்ட மணிவயிறா!
ஊழிதொறு ஊழி பல ஆலின் இலையதன்மேல்
பைய உயோகுதுயில் கொண்ட பரம்பரனே!
பங்கய நீள்நயனத்து அஞ்சன மேனியனே!
செய்யவள் நின்அகலம் சேமம் எனக்கருதி,
செல்வு பொலிமகரக் காது திகழ்ந்து இலக,
ஐய! எனக்கு ஒருகால், ஆடுக செங்கீரை,
ஆயர்கள் போரேறே! ஆடுக, ஆடுகவே" (1-5-1)

குழந்தைக் கண்ணனைச் செங்கீரையாடுமாறு அசோதை வேண்டுவதாக அமைந்த பாடல் இது. குழந்தையோடு சேர்ந்து தாயும் மகிழ்ந்தாடும் நிலையில் தாய்க்கும் குழந்தைக்கும் உள்ள 'உவகை' உணர்ச்சிக்கு ஏற்றவாறு இதில் சொற்களும், பாட்டின் வடிவமும் அமைந்துள்ளன. 'அச்சோப்பருவம்' (1-8), 'அப்பூச்சிகாட்டுதல்' (2-1) முதலிய திருமொழிகளும் இவ்வாறு அமைந்தவையே.

ஆனால் முன்னர் நாம் காட்டிய 'போய்ப்பாடுடைய' என்னும் பாசுரத்தில் இத்தகைய சொற்களோ, வடிவ அமைப்போ, ஒலிநயமோ இல்லை. ஆயினும் அது நம்உள்ளத்தைக் கவர்வதற்குக் காரணம் அப்பாட்டின் அடிநாதமாகவுள்ள தாய்மை உணர்ச்சியேயாகும்.

இனி, கருத்தைத் தெளிவாய்ப் புலப்படுத்தும் வண்ணம் ஆழ்வார் கையாளும் உவமைகள் சிலவற்றைக் காண்போம்.

பூக்களில் சிறந்தது தாமரைப்பூ என்பர். இத்தாமரையைத் திருமாலின்கண்கள், முகம், கை, கால்கள் முதலியவற்றிற்கு உவமை கூறுதல் ஆழ்வார்களின் மரபு.

"கண்ணும் கமலம் கமலமே கைத்தலமும்
மண்ணளந்த பாதமும் மற்றவையே"

என்பார் பேயாழ்வார். பெரியாழ்வாரும் இத்தாமரைப்பூ ஒன்றையே திருமாலின் அவயவங்களோடு தொடர்புபடுத்திப் பல இடங்களில் வருணிக்கின்றார். கண்ணனின் திருவடியைப் 'பாதக்கமலங்கள்' எனக்கூறும் ஆழ்வார், அவனது கால்விரல்களுக்கு வேறு உவமை தேடாமல் தாமரையின் சிறிய இதழ்களையே உவமையாக்குகிறார். 'செங்கமலக் காலில் சிற்றிதழ்போல் விரலில்' என்பது பாசுரம்.

கண்ணனின் சுருண்டு இருண்ட திருக்குழல்கள் பவளவாயில் வந்து படிகின்றன. இதற்கு என்ன உவமை கூறலாம்? ஆழ்வாரின் மனத்திரையில் ஒரு மலர்க்காட்சி விரிகின்றது. கருநிறமுடைய வண்டுகள் செந்தாமரைப் பூக்களில் வந்து படியும் காட்சிதான் அது. உடனே ஆழ்வாரும்,

"செங்கமலப் பூவில் தேன்உண்ணும் வண்டேபோல்
பங்கிகள் வந்துன் பவளவாய் மொய்ப்ப" (1-8-2)

எனப்பாடுகின்றார். இதில் கண்ணனின் பவளவாயைச் செங்கமலப் பூவாகவும் கண்ட திருபதி அவருக்கு.

கண்ணனின் முகத்தில் முத்து முத்தாய் வியர்வைத்துளிகள். அக்காட்சி தாமரைப்பூவில் முத்துகள் சிந்தினாற்போலத் தோன்று கிறது.

"அங்கமலப் போதகத்தில்
அணிகொள் முத்தம் சிந்தினாற்போல்
செங்கமல முகம் வியர்ப்ப" (2-2-9)

என்கிறார். இவையாவும் அசோதை பாவனையில் பாடியவை.

அசோதை பாவனை நீங்கித் தாமான தன்மையில் தாமரையைக் காண்கையிலும் அரைத உலகளந்த சேவடிக்கே உவமையாக்குகின்றார்.

"உரம்பெற்ற மலர்க்கமலம் உலகளந்த
சேவடிபோல் உயர்ந்து காட்ட" (4-9-8)

என்று தமக்கேற்பட்ட அகக்காட்சியை வெளியிடுகிறார் அவர். உலகத்தை அளப்பதற்காக உயரத்தூக்கிய திருவடிகளைக் காட்சிப் படுத்துவது போல, 'உயர்ந்து காட்ட' என்னும் தொடர் இதில் அமைந்திருக்கிறது.

வயல்களில் நெற்கதிர்கள் விளைந்து முற்றிச் சாய்ந்து கிடக்கின்றன. அவற்றின் அருகில் தாமரைப்பூக்கள்; முன்னர்க்கூறிய 'உயர்ந்துகாட்டிய' தாமரைப்பூக்கள். புறக்கண்களால் இந்த நெற்கதிர் களையும் தாமரையையும் கண்ட ஆழ்வார், தம் அகக்கண்களால் காணும் காட்சியோ வேறாக இருக்கிறது. 'தாமரைகள் உலகளந்த திருவடிபோல் உயர்ந்து தோன்ற, அத்திருவடிகளைத் தாள்சாய்த்துத் தலையால் வணங்குவார் போலச் செந்நெற்கதிர்கள் விளங்கின' என்கிறார். திருமால் பேருருக்கொண்டு உலகளந்ததும் அப்போது உலகத்தவர் அவனது உயரத்தூக்கிய திருவடிகளைக்கண்டு தாளும் தடக்கையும் கூப்பித் தரைமீது விழுந்து வணங்கியதுமான காட்சிகளை- உயர்ந்துகாட்டும் தாமரையாலும் தாள் சாய்த்துத் தரையில் கிடக்கும் நெற்கதிர்களாலும் உணர்த்தி விடுகிறார்.

"உரம்பெற்ற மலர்க்கமலம் உலகளந்த
சேவடிபோல் உயர்ந்து காட்ட
வரம்புற்ற கதிர்ச்செந்நெல் தாள்சாய்த்துத்
தலைவணங்கும் திருவரங்கமே" (4-9-8)

என்பது பாசுரம்.

தாமரை முதலான பூக்களை இவ்வாறு உவமித்துக் கூறுதலை மரபுவழி இலக்கியங்களில் அதிகம் காணலாம். திறமையற்றவர்கள் முன்னைய மரபுகளை அப்படியே திருப்பிச்சொல்லும் போது மொழியானது வலுவிழந்து விடுகிறது. ஆனால் ஆழ்வார், மரபுவழி உவமையைக் கையாண்டபோதிலும் வெளிப்பாட்டில் புதுமை செய்தவர் என்பதை நாம் எளிதில் உணரலாம். தாமரைப்பூ ஒன்றையே பல்வேறு கோலம்பூணச் செய்திருப்பதே இதற்குச் சான்று.

பலரும் அறிந்தவற்றைக்கொண்டு புதியன படைக்கும் ஆற்றல் கவிஞர்களுக்கு உண்டு. சாதாரணமாக நம் கண்ணில் படும் உயிரினங்கள் கூட அவர்களுக்குக் காட்டாதனவெல்லாம் காட்டும் கலைக்கருவூலங்களாக மாறிவிடுகின்றன. பல்லியையும் புள்ளிமானையும் அறியாதவர் யார்? கண்ணன் அரையில் சாத்தியுள்ள உடைவாள் பற்றிக் குறிக்கும்போது, 'பல்லிநுண் பற்றாக உடைவாள் சாத்தி' (3-4-2) என்கிறார். இடைவெளியின்றிச் சுவரில் பற்றிக்கிடப்பது பல்லியின் இயல்பு. அதுபோல அவனது வாள் உடம்பில் இறுக்கமாகப் பொருந்தியிருந்தது என்பதே இவ்வுவமையால் பெறப்படும் கருத்தாகும். உடைவாள் அரையில் கிடக்கும் அமைப்பை நோக்கினால் சுவரில் மேல் நோக்கிப் பற்றிக்கிடக்கும் பல்லியையே ஆழ்வார் உவமை கூறினார் என்பதையும் நாம் எளிதில் உணரலாம். மேலே தொடர்ந்து படிக்காமல் நம்மைச் சிறிதுநேரம் சிந்தனையில் ஆழ்த்துகின்ற அருமையான உவமை இது.

புள்ளிமானை வைத்து ஆழ்வார் கூறுகின்ற உவமையும் இத்தகைய புதுமையுடையதே. தம்மிடத்தேயுள்ள குற்றங்களைப் பொறுத்து இறைவன் தமக்கு அருள் செய்யவேண்டும் என்று விரும்புகிறார் ஆழ்வார். 'குற்றங்களே வடிவான என்னை ஏற்றுக் கொள்வது என்று ஆனபிறகு, தயக்கம் எதற்காக? நான் செய்த அபராதங்கள்பற்றிய எண்ணிக்கைதான் எதற்காக? உடம்பெங்கும் புள்ளிகளைக் கொண்டிருக்கக்கூடிய மானுக்கு அதன் உடம்பில் ஒருபுள்ளி கூடினால் என்ன? குறைந்தால் என்ன? ஒரு புள்ளி கூடி விட்டது என்று யாரேனும் கணக்குப் பார்ப்பார்களா? எனவே என் திறத்திலுள்ள குற்றங்களைப் பொருட்படுத்தாது நீ எனக்கு அருள்செய்ய வேண்டும்' என்கிறார்.

"உழைக்கு ஓர்புள்ளி மிகைஅன்று கண்டாய்;
ஊழி ஏழ் உலகு உண்டு உமிழ்ந்தானே!"   (5-1-2)

(உழை-புள்ளிமான்)

அரிய கருத்தினை எளிய உவமையால் வெளியிடும் சமத்காரம் இதில் ஒளிவிடுகின்றது.

ஆழ்வாரது உலகியலறிவும் நடைமுறை வாழ்க்கை பற்றிய

கண்ணோட்டமும் அவரது கவிதைக்குச் செழுமை சேர்த்திருக்கின்றன. இளமை நிலையாமை, யாக்கை நிலையாமை போன்றவற்றை வாழ்வியல் அனுபவங்களோடு பொருத்திக் காட்டி அவர் விளக்கு கிறார். இதனால் கற்போர் மனம் எந்தத் தயக்கமும் இன்றி அவர் கருத்தை ஏற்றுக்கொள்கிறது. 'தேனித்து இருமினோ' என்று இப்புற்று வாழ்வதற்கு வழிகாட்டிய அவரே, மரணத்தருவாயிலும் மகிழ்ச்சியோடு இருப்பதற்கு வழிகூறுகிறார். 'சோர்வினால்' எனத் தொடங்கும் பாசுரத்தை இதற்குச் சான்றாகக் காட்டலாம்.

முதியவன் ஒருவன் உணர்வு நீங்கிய நிலையில் சோர்ந்து கிடக்கிறான. இன்னும் சிறிதுநேரத்தில் அவன் உயிர்ப்பிரியப் போகின்றது. அவனைச்சுற்றிலும் உறவினர்கள்; மக்கள், மனைவி என்று அவனுக்கு மிக நெருக்கமான உறவினர்கள். அனைவரின் முகத்திலும் சோகம். ஆனால் அந்தச் சோகம் அவனது பிரிவுக்காக அன்று. 'பொன்னையோ பொருளையோ நமக்குத் தெரியாமல் எங்கேனும் மறைத்து வைத்திருப்பானோ? அதைப்பற்றிச் சொல்லாமலே இவன் மாண்டுபோனால் என்ன செய்வது? என்ற சோகம்தான் அவர்களுக்கு. எனவே அவர்கள் ஒருவர் மாற்றி ஒருவர் அவன் காதருகே குனிந்து, 'நீ ஒருவருக்கும் தெரியக்கூடாது - என்று பொருளை மறைத்து வைத்ததுண்டோ? அப்படியானால் சொல்லு சொல்லு' என்று வினவுகின்றார்களாம். இப்படிப் பலரும் பலமுறை வினவியபோதும் வாய்திறக்க முடியவில்லை அவனுக்கு. அந்த நிலையை அடைவதற்கு முன்னால் மாதவனை உங்கள் மனக் கோயிலில் வைத்து வழிபடுங்கள் - என்கிறார் ஆழ்வார். அந்தப் பாசுரம் இதோ!

"சோர்வினால்பொருள் வைத்ததுண்டாகில்
சொல்லுசொல்லென்று சுற்றும் இருந்து
ஆரவினவிலும் வாய்திறவாதே
அந்தகாலம் அடைவதன் முன்னம்.
மார்வம் என்பதோர் கோயில் அமைத்து
மாதவன் என்னும் தெய்வத்தை நாட்டி
ஆர்வம் என்பதோர் பூவிட வல்லார்க்கு
அரவ தண்டத்தில் உய்யலும் ஆமே!" (4-5-3)

(அந்தகாலம் - இறுதிக்காலம்; அரவதண்டம் - யம தண்டனை)

பொதுவாக மனிதமனம் கற்பனை செய்யும் இயல்பினது. கற்பனை என்பது துளிக்கூட இல்லாத மனிதன் இறக்கைகள் அற்ற பறவையைப் போன்றவன். கவிஞர்களிடத்தே இக்கற்பனைச் சிறகு வலிவும் வனப்பும் பொருந்தியதாக அமைகின்றது. பெரியாழ்வாரின் கற்பனைகள் இல்லது புனைதலாக இல்லாமல் உள்ளது புனைதலாக அமைந்து நம் உள்ளம் கவர்கின்றன. இவ்வகையில் சங்கப் புலவர்

களின் அடிச்சுவட்டில் அவர் நடக்கின்றார். பாலைநிலத்தின் வெம்மையும் கொடுமையும் கூறவந்த மாமூலனார், அந்நிலத்தில் விழுந்த நெல்லானது பொரியாக மாறிவிடும் என்கின்றார். 'உகுநெல் பொரியும் வெம்மைய' (அகம். 1) என்பது அவர் கூற்று. வெப்பமிகுந்த பாலையிலும் பசுமை மாறாமல் தழைத்திருப்பது கள்ளியின் இயல்பாகும். அத்தகைய கள்ளியும் வாடுமானால் காட்டின் வெம்மை எத்தகையதாயிருக்கும் என்பதை நாம் எளிதில் ஊகிக்கலாம். கண்ணன் - கன்றுகளை மேய்ப்பதற்காகச் சென்றகாடு கள்ளியையும் வாடச்செய்கின்ற வெப்பமிகுந்தது - என்கிறார் பெரியாழ்வார். அசோதை பாவனையில்,

> **"கள்ளியுணங்கு வெங்கான் அதரிடைக் கன்றின்பின்**
> **புள்ளின் தலைவனைப் போக்கினேன் எல்லே பாவமே!"** *(3-2-7)*

என்று இரங்குகின்றார் அவர்.

> **"முறியிணர்க் கொன்றை நன்பொன் கால"**

என்பது முல்லைப்பாட்டு. 'தளிரையும் பூங்கொத்துகளையுமுடைய கொன்றையானது நன்றாகிய பொன்போன்ற பூக்களைச் சொரிய' என்பது இதன் பொருளாகும். கொன்றைப்பூக்கள் பொன்னிற முடையவையாதலின் நட்பூதனார் இங்ஙனம் கூறினார்.

இவ்வகைப்போக்கிலேயே ஆழ்வாரின் வருணனையொன்றும் அமைந்திருக்கிறது. மாலிருஞ்சோலையில் உள்ள கொன்றை மரங்களைப்பற்றி அவர் பின்வருமாறு வருணிக்கின்றார்.

> **"பொருப்பிடைக் கொன்றை நின்று முறிஆழியும் காசும்கொண்டு**
> **விருப்பொடு பொன்வழங்கும் வியன்மாலிருஞ் சோலையதே"**
> *(4-3-1)*

என்பது பாசுரம். 'நன்பொன்கால' என்னும் முல்லைப் பாட்டு வருணனையே இங்குக் கூடுதலான அழகு பெறுகின்றது. ஆழ்வாரின் கவிதைக் கண்கள் கொன்றைப் பூவினை உற்றுநோக்கி ஒருபடிமேலே சென்று வருணனையை அமைக்கின்றன. கொன்றைப்பூவில் உள்ள நரம்பும் இதழும் - முறிந்த பொன்மோதிரமும் பொற்காசும்போலே தோன்றுகின்றன. எனவே ஆழ்வார், 'கொன்றை நின்று முறியாழியும் (முறிந்த பொன்மோதிரம்), காசும் (பொற்காசு) கொண்டு விருப்பொடு பொன்வழங்கும்' என்கின்றார். முன்னோர் அடியொற்றிச் சென்று அவர்கள் விட்ட இடத்தினின்றும் மேலும் முன்னேறிச் சென்றதன் அடையாளம் இது.

பின்னையோர் உரிமையுடன் எடுத்தாண்ட கற்பனையும் ஆழ்வாரிடத்தே உண்டு.

இலக்கியத்திறன் 97

மாலைப்பொழுதில் திருவரங்கம் என்னும் திவ்யதேசத்தில் வண்டுகள் ஒலியெழுப்பிக்கொண்டே மல்லிகைப்பூக்களின் மீது மொய்க்கின்றன. இக்காட்சியானது வண்டுகள் எம்பெருமானது குணம்பாடுவது போலவும் மல்லிகையே வெண்சங்காக வாய்வைத்து ஊதுவது போலவும் ஆழ்வாருக்குத் தோன்றுகிறது. எனவே,

"எல்லியம்போது இருஞ்சிறைவண்டு எம்பெருமான் குணம்பாடி
மல்லிகைவெண் சங்கூதும் மதிளரங்கம் என்பதுவே" (4-8-8)

என்று இசைக்கின்றார். இவ்வருணனை நளவெண்பா ஆசிரியரான புகழேந்திப்புலவரைப் பெரிதும் கவர்ந்திருக்க வேண்டும். 'மல்லிகையே வெண்சங்கா வண்டுஊத' என்று தொடங்கும் நளவெண்பா ஒன்றால் இதையறியலாம்.

கோவர்த்தனம் என்னும் மலையைக் கண்ணன் குடையாக எடுத்த நிகழ்ச்சியைப் பாடும் பெரியாழ்வார் திருமொழியில் (3-5) கற்பனையும் வருணனையும் கைகோத்து நிற்கின்றன. பொதுவாகக் குறிஞ்சி எனப்படும் மலைப்பகுதி வருணனைக்கு வாய்ப்பாக அமையும். இதில் ஆழ்வார் காட்டும் பல காட்சிகள் சங்கநூல்கள் காட்டும் குறிஞ்சிநில வருணனையை நினைவூட்டுகின்றன. அவற்றுள் சில வருமாறு:

மலைவாழ் குறவர்கள் விலங்குகளைப் பிடிப்பதற்காக விரித்த வலையில் மான்குட்டி ஒன்று அகப்பட்டுக்கொண்டது. குறமகளிர் அதனிடத்தே பரிவுகாட்டிப் பாலூட்டி வளர்த்தனராம். எப்படி? பஞ்சுச்சுருளைப் பாலிலே தோய்த்து அதன் தலையைத் தாய்முலை போலாக்கி அதன்வழிப் பாலை உண்ணச் செய்தார்களாம். எத்தகைய அன்புக்காட்சி இது!

ஆழ்வார் காட்டும் மற்றொரு மலைக்காட்சி இதோ!

கரைகளைக் குத்தித் தன் கொம்பினை இழந்த ஆண் யானை யானது வானில் தோன்றுகின்ற பிறையைத் தான் இழந்த கொம்பாகக் கருதி அதைக் கவர்வதற்காக மேலே அண்ணாந்து பார்த்துக் கொண்டிருக்குமாம்.

அடுத்து, கோவர்த்தன மலையில் உள்ள குரங்குகளைப் பற்றிய இருவகைக் காட்சிகளைக் காட்டுகிறார் அவர். பெண்குரங்குகளானவை அனுமன் புகழையே தாலாட்டாகப் பாடித் தம் குட்டிகளை உள்ளங்கையில் ஏந்திச் சீராட்டி உறங்கச் செய்யுமாம். இஃது ஒரு காட்சி.

மற்றொரு காட்சியில், முசு என்னும் ஒருவகைக் குரங்குகள் - குட்டிகளை முதுகிலே கட்டிக்கொண்டுபோய் - ஒரு கொம்பிலிருந்து மற்றொரு கொம்பிற்குக் குதிக்கும்படியாக - தாம் முதலில் குதித்துக் காட்டிப் பயிற்சியளிக்குமாம்.

இப்படிக் குறிஞ்சி நிலக்காட்சிகள் சிலவற்றைக் காட்டும் ஆழ்வார் ஓரிடத்தில் சிங்கத்தோடு பொருதுகின்ற பெண்யானை ஒன்றையும் காட்டுகிறார். அதனுடைய குட்டியை இளஞ்சிங்கம் ஒன்று கொல்லுவதற்காக வந்து நெருக்கியபோது தன் குட்டியை நான்கு கால்களுக்கு இடையே இடுக்கிக்கொண்டு அது சிங்கத்தோடு போர் செய்ததாம். இதனை,

“இழவு தரியாததோர் ஈற்றுப்பிடி
இளஞ்சீயம் தொடர்ந்து முடுகுதலும்
குழவியிடைக் காலிட்டு எதிர்ந்து பொரும்
கோவர்த்தனம் என்னும் கொற்றக்குடையே”

என்று சித்திரிக்கிறார் ஆழ்வார். இங்ஙனம் ஆழ்வார் காட்டும் குறிஞ்சி நிலக்காட்சி தத்துவார்த்த விளக்கம் ஒன்றுக்கு அடிப்படையாக அமைந்ததையும் குறிப்பிடவேண்டும்.

நரசிம்மாவதாரத்தில் இரணியனைச் சினந்த நிலையிலேயே பிரகலாதனுக்கு அருள் புரிந்தான் இறைவன். பிரகலாதன், தன் திருவடிக்கீழே வந்து புகும்படி நின்றானாம். இங்ஙனம் இறைவனிடம் சீற்றமும் அருளும் ஒருபடிப்பட்டிருப்பது எங்ஙனம் பொருந்தும் என்னும் வினா எழுந்தது. இதற்கு எம்பெருமானார் கூறிய சமாதானம் வருமாறு: ‘சிங்கம் யானைமேல் சீறினாலும் குட்டிக்கு முலை உண்ணலாம்படி இருக்கும்’ என்றாராம்.

நாம் இங்குக் காட்டிய பாசுரத்தின் அடிப்படையிலே இவ்விளக்கம் அமைந்தது என்பது வெளிப்படை. இதனால் பெரியாழ்வாரின் வருணனைகள் வெறும் கற்பனையடியாகப் பிறந்தவை அல்ல - என்பது விளங்கும்.

இத்திருமொழியிலேயே ஆழ்வார் நயம்பட அமைத்த வேறுசில கற்பனைகளும் உண்டு. கண்ணன் கோவர்த்தனத்தைக் குடையாகப் பிடித்ததை அவர் காட்சிப் படுத்தும் அழகு நம் நெஞ்சை விட்டு நீங்காது. கண்ணன் தன் செந்தாமரைக் கையின் ஐந்து விரல்களையும் மலையாகிற குடைக்குக் காம்பின் அடியிலுண்டான கப்புகளாய்ப் பொருத்தி நீலமணி போன்ற நிறத்தையுடைய நீண்டதோளைக் காம்பாகக் கொடுத்துத் தலைகீழாகக் கவித்தமலையே கோவர்த்தனம் - என்கிறார் ஆழ்வார். அப்படி அவன் குடையாகப் பிடித்த நிலையில் - எல்லாப் பக்கங்களிலும் அவனைச் சுற்றிலும் அருவியாகப் பெருகி வழிந்த நீரானது - முத்து வடங்கள் போல் விளங்க - அதுதான் அவனுக்கு ஒரு முத்துச்சட்டை என்று தோன்றும்படியாகக் காட்சியளித்ததாம்.

“செப்பாடுடைய திருமால் அவன்தன்
செந்தாமரைக் கைவிரல் ஐந்தினையும்

கப்பாக மடுத்து மணிநெடுந்தோள்
காம்பாகக் கொடுத்துக் கவித்தமலை:
எப்பாடும் பரந்து இழி தெள்ளருவி
இலங்கு மணி முத்துவடம் பிறழக்
குப்பாயம் என நின்று காட்சிதரும்
கோவர்த்தனம் என்னும் கொற்றக்குடையே!" (3-5-6)

மழை பெய்து ஓய்ந்த நிலையில் - வெளுத்த மேகங்கள் மலைச்சிகரத்தின்மீது காட்சியளித்ததற்கு ஆழ்வார் கூறும் உவமை புதுமைக்கோர் புதுமை எனப் பொலிகின்றது. மலைமுகட்டின் மேலுள்ள வெண்மேகங்கள் முன்நெற்றி நரைத்த காட்சியை நினைவூட்டுகின்றன அவருக்கு.

"முடியேறிய மாமுகிற் பல்கணங்கள்
முன்நெற்றி நரைத்தனபோல எங்கும்
குடியேறி யிருந்து மழைபொழியும்
கோவர்த்தனம் என்னும்கொற்றக்குடையே" (3-5-10)

என்பது பாசுரம்.

இங்கக் காட்டிய பாசுரங்களின்வழி ஒரு படிமக்காட்சி நம் நெஞ்சில் விரிவதைக் காணலாம். படிமம் (Imagery) என்பது சொற்சித்திரமே. உவமை, உருவகம், தொடர் உருவகம் (allegory) இவற்றின் வளர்ச்சி நிலையாகவே படிமம் அமைகின்றது. நாம் இங்குக் காட்டிய ஆழ்வாரின் பாசுரங்களிற் சில - உவமை உருவகம் வழியாகப் படிமக்காட்சிகளை நம் மனத்தில் தோற்றுவிப்பதை உணரலாம். இவ்வகையான படிமங்களுக்கு மேலும் சில சான்றுகள் காட்டலாம்.

வெண்ணிறமுடைய பலராமனைப் பின்தொடர்ந்து ஓடுகின்றான் கருநிறமுடைய கண்ணன். இதற்கு வெள்ளிமலையீன்ற ஒரு குட்டியைத் தொடர்ந்து கரியமலையீன்ற குட்டியொன்று ஓடுவதை உவமையாக்குகின்றார் ஆழ்வார்.

"முன்நல்ஓர் வெள்ளிப் பெருமலைக் குட்டன்
மொடுமொடு விரைந்து ஓடப்
பின்னனத் தொடர்ந்தது ஓர் கருமலைக்குட்டன்
பெயர்ந்து அடியிடுவது போல்" (1-7-5)

என்பது பாசுரம்.

உடன்பிறந்தோராக உள்ள இளஞ்சிறார் இருவர் - ஒருவரைத் தொடர்ந்து ஒருவர் ஓடுகின்ற உலகியல் காட்சியைப் போலன்றிப் பலராமகிருஷ்ணர்களாகிய தெய்வக்குழந்தைகளின் மானிடத்தன்மைக்கு மீறிய அசாதாரண இயல்புகளை ஆழ்வாரின் உவமை மிகச் சிறப்பாக எடுத்துக்காட்டுகிறது. வெள்ளிமலைக்

குட்டியைத் தொடர்ந்து கருமலைக் குட்டியொன்று ஓடுவதாகக் காட்டும் படிமக்காட்சி கண்பார்வைக்குத் தெரியும் உண்மையைக் காட்டிலும் அதிகமான உண்மையை நம் கற்பனைப் பார்வைக்குக் கொண்டுவந்து விடுகின்றது.

“தொடர்சங்கிலிகை சலார் பிலார் என்னத்
தூங்கு பொன்மணிஒலிப்பப்
படுமும்மதப் புனல்சோர வாரணம்
பைய நின்று ஊர்வதுபோல்,
உடன்கூடிக் கிண்கிணி ஆரவாரிப்ப
உடைமணி பறைகறங்க
தடந்தாளிணை கொண்டு சாரங்கபாணி
தளர்நடை நடவானோ!” (1-7-1)

கண்ணனின் தளர்நடையை அனுபவிக்கும் பொருட்டு அசோதை வேண்டிக்கொள்ளும் பாசுரம் இது. இதிலும் படிமத்தின் அடிப்படைப்பண்பான காட்சித்தன்மை சிறப்பாக அமைந்துள்ளது. கண்ணன் வாரணம்போல் அசைந்துவரும் அழகும் அப்போது கிண்கிணி முதலியன ஆரவாரித்தலால் உண்டாகும் ஒலிக்குறிப்புகளும் மனத்தில் ஓர் அகக் காட்சியாய் விரிகின்றன.

மரபுக்கவிதைகளில் அடிக்கடி கையாளப்படுகின்ற உவமை, உருவகம் ஆகிய அணிகளின் சுருங்கிய வடிவமாகவும் படிமம் செயற்படுகின்றது என்பர். சுருக்கத்தால் படிமம் கூர்மைப்படுகின்றது என்றும் கூறுவர். இதற்கேற்ப உவமை முதலான அணிகளின் அடியாக மிகச்சில சொற்களால் அகக்காட்சியை விரிக்கும் ஆற்றலையும் பெரியாழ்வாரிடத்தே காண்கிறோம்.

“சீதக் கடலுள் அமுதன்ன தேவகி” (1-2-1)
“அமுத கீத வலையால் சுருக்குண்டு” (3-6-6)
“கோவிந்தனுடைய கோமள வாயில்...
கொழித்து இழிந்த அமுதப்புனல்” (3-6-11)
“அழகிய வாயில் அமுத ஊறல்...
மழலை முற்றாத இளஞ்சொல்” (1-4-5)
“கடல் கடைந்து அமுதம் கொண்டு
கலசத்தை நிறைத்தாற்போல்” (5-4-4)
“கனிவாய் அமுதம் இற்று முறிந்துவிழ” (1-5-9)
“ஊத்தைக் குழியில் அமுதம் பாய்வதுபோல்” (4-6-9)
“கன்னற்குடம் திறந்தால் ஒத்து ஊறி” (1-7-4)
“குழல் இருண்டு சுருண்டு ஏறிய குஞ்சி” (3-6-11)
“மின்னிற் பொலிந்த ஓர் கார்முகில்போலக்
கழுத்தினில் காறை” (1-7-3)

"ஆழியான் என்னும் ஆழமோழையிற் பாய்ச்சி
அகப்படுத்தி" (3-7-4)

என வருவனவற்றை இதற்குச் சான்றாகக் காட்டலாம்.

மரபு வழியாகக் கூறப்படும் இலக்கியத்திறன்கள் மட்டுமன்றிப் புத்திலக்கிய விமர்சகர்களால் முன்வைக்கப்படும் படிமம் முதலான இலக்கிய உத்திகளுக்கும் இடமளிப்பதாய்ப் பெரியாழ்வாரின் கவிதைகள் அமைந்துள்ளன. எனவேதான் பக்தர்களிடத்தில் மட்டுமன்றி இலக்கிய அன்பர்களின் இதயத்திலும் ஈரரசு செய்பவராய்ப் பெரியாழ்வார் வீற்றிருக்கின்றார்.

இலக்கிய வகைகள்

பொதுவாக ஆழ்வார்கள் தமிழுக்கு வழங்கிய இலக்கியக் கொடைகள் பலவாகும். பல்லாண்டு, பிள்ளைத்தமிழ், தாலாட்டு, பாதாதிகேசம், மடல், தாண்டகம், தூது, எழுகூற்றிருக்கை, அந்தாதி, குறம், உலா, ஊடல், பூசல், புலம்பல், போர்ப்பாட்டு, (தடம் பொங்கத்தம் பொங்கோ, குழமணி தூரமே), கோத்தும்பி, பழமொழி, சாழல், உந்திபறத்தல் போல்வன இங்குக் குறிப்பிடத்தக்கவை. இவற்றுள் சில முழுமைபெற்ற தனி இலக்கிய வகைகள். வேறுசில இலக்கிய வகைமைகளுக்கான அடிக்கூறுகளாக அமைந்தவை. இவற்றுள் ஆழ்வார்களின் காலத்திற்கு முன்பே தோன்றி வளர்ந்த இலக்கிய வகைகளும் உண்டு; அடிக்கூறுகளாக இருந்தவையும் உண்டு; அடிக்கூறுகளாக இருந்து ஆழ்வார்களாலேயே விரித்துப் பாடப்பட்டவையும் உண்டு; புதியனவாகப் படைக்கப்பட்டவையும் உண்டு. குறிப்பாகப் பிரிவுத்துன்பத்தைப் பேசும்பாடல்களைப் 'பூசல்' என வகைப் படுத்தியிருப்பது ஒரு புதிய போக்கு ஆகும். போரில் தோற்றோர் வென்றோரைப் போற்றிப் பாடுவதாக அமைந்த 'பொங்கத்தம்பொங்கோ,' 'குழமணிதூரமே' என்பனவும் இவ்வகையான புதிய போக்கில் அமைந்தவையே. 'பூசல்' என்னும் இலக்கிய வகைப்பாடும், தோற்றோர் வென்றோரின் புகழ்பாடி ஆடுவதாகக் காட்டும் போர்க்களக்காட்சியும் தமிழ் எழுத்து இலக்கியம் முன்னும் பின்னும் காணாத புதுமையுடையனவாகும். 'பொங்கத்தம்பொங்கோ' முதலான போர்ப் பாடல்களைப் பொறுத்தவரை, 'இலக்கியமும் இலக்கணமும் இவ்வருளிச்செயலே' என வைணவப் பேரறிஞர் பி.ப. அண்ணங்கராசாரியர் குறிப்பதாலும் இதனையறியலாம்.

இங்ஙனம் ஆழ்வார்கள் படைத்த இலக்கியங்களுள் பெரியாழ்வாரின் பங்களிப்பாகச் சிறப்பித்துச் சொல்லத்தக்க இலக்கியவகை ஒன்று உண்டு. அதுவே, 'பிள்ளைத்தமிழ்.' இது தவிர, திருப்பல்லாண்டு, பாதாதிகேசம். தாலாட்டு, திருநாமப்பாட்டு முதலான இலக்கிய வகைகளையும் பெரியாழ்வார் திருமொழியிற் காணலாம். இவை ஒவ்வொன்றும் தனித்தனிப் பதிகங்களாக

அமைந்தவை. கண்ணன் மீண்டுவரும் கோலம் கண்டு கன்னியர் காமுறுவதாக அமைந்த திருமொழி (3-4) 'உலா' என்னும் இலக்கிய வகைக்கான அடிக்கூறுகளைக் கொண்டுள்ளது.

இவற்றுள் ஏறக்குறைய பதினேழு திருமொழிகளில் பெரியாழ்வார் பாடிய பிள்ளைத்தமிழின் தனித்தன்மைகள் இங்குக் குறிப்பிடத்தக்கவை.

'பிள்ளைத்தமிழ்' என்பது பிற்காலத்தே பெருகி வளர்ந்த ஓர் இலக்கிய வகையாகும். இதற்கான அடிக்கூறுகளைத் தொல்காப்பியத்தி லேயே காணலாம்.

பெரியாழ்வாரின் பிள்ளைத்தமிழ்ப் பாடல்களை இருவகையினுள் அடக்கலாம். கண்ணனின் பிள்ளைப்பருவம் பற்றியன ஒருவகை; இளமைப்பருவம் பற்றியன மற்றொருவகை.

பிறப்பு, திருமேனியழகு, தாலாட்டு, அம்புலி, செங்கீரை, சப்பாணி, தளர்நடை, அண்மை வருகை, புறம்புல்கல், அப்பூச்சிகாட்டல், அம்மம் உண்ணல், காதுகுத்தல், நீராட்டல், குழல்வாரல், பூச்சூட்டல், காப்பிடல் என்பன (பெரியாழ்வார் திருமொழி முதற்பத்தும் இரண்டாம்பத்தின் முதல் எட்டுத்திருமொழிகளும்) பெரியாழ்வார் கொண்ட பிள்ளைப்பருவங்கள் ஆகும்.

கண்ணனைக் குறித்து ஆய்ச்சியர் முறையிடல், அன்னை அம்மம் தரமறுத்தல், கன்றின்பின் போகவிட்டு இரங்கல், கன்றுகளோடு வரக்கண்டு மகிழ்தல், கன்னியர் காமுறல், குன்று குடையாய் எடுத்தல், குழல் ஊதல் என்பன (2-9 முதல் 3-6 முடியவுள்ள திருமொழிகள்) கண்ணனுடைய இளமைப்பருவ நிகழ்ச்சிகள் ஆகும்.

இவற்றுள் முதலிற் குறித்த பிள்ளைமைப்பருவக் கூறுகளுள் செங்கீரை, தால், சப்பாணி, அம்புலி ஆகிய சிலவே பிற்காலக் காப்பிடல் முடியவுள்ள பலவும் பின்னைய பிள்ளைத்தமிழ் நூல்களில் அறவே காணப்படவில்லை. எனினும் பின்னையோர் கொண்ட ஏனைய பருவப்பெயர்களுக்கும் பெரியாழ்வார் திருமொழியில் இடமிருப்பதைக் காணலாம். 'முன்வந்து நின்று முத்தம் தரும் என் முகில்வண்ணன்' (1-7-4) என்று பாடும் ஆழ்வார், 'முத்தம்தா' (3-3-2) என்று ஒரு பாடலை முடித்திருப்பதும் இங்குக் கருதத்தக்கது. இது முத்தப் பருவத்துக்குத் தோற்றுவாய் ஆகலாம்.

> "சிற்றில் இழைத்துத் திரிதருவோர்களைப்
> பற்றிப் பறித்துக்கொண்டு ஓடும்பரமன்" (1-2-19)
>
> "செப்போது மென்முலையார்கள் சிறுசோறும் இல்லும்
> சிதைத்திட்டு" (2-8-3)
>
> "சிற்றில் சிதைத்து எங்கும் தீமை செய்து" (3-2-2)

என்று கண்ணனின் பிள்ளைமைக் குறும்புகள் பற்றி ஆழ்வார் பேசுவன சிற்றிற் பருவத்துககு வித்தாயின எனலாம்.

இவை தவிரப் பெரியாழ்வார் பாடும் தளர்நடை, அண்மை வருகை போன்றவற்றை ஒருவாறு வாரானை அல்லது வருகைப்பருவத்திற் சேர்த்து எண்ணுதற்கு இடமுண்டு என்பது அறிஞர் சிலரின் கருத்தாகும். புறம்புல்கல், பூச்சிகாட்டுதல் முதலியன சிற்றில், சிறுதேர்போலக் கொள்ளத்தக்கனவே. காக்கையை வாவெனல் அம்புலியை அழைத்தல் போல் உள்ளது. 'மஞ்சனமாடநீவாராய்' என்னும் நீராட்டற்பதிகம் (2-4) பின்னர்ப் பெண்பாற் பருவத்துக்கு உரியதாய்ப் பிள்ளைத்தமிழ் நூல்களில் இடம்பெற்றுள்ளது. 'காப்பிடவாராய்' (2-8) என்று ஆழ்வார் பாடுவது. குழந்தையைக் காக்குமாறு கடவுளை வேண்டும் காப்புப்பருவமாகப் பின்னர் மலர்ந்திருக்கலாம். இவ்வாறு நோக்கினால் பிள்ளைத்தமிழ்ப் பருவங்களாகப் பிற்காலத்தோர் குறித்தவை யாவும் ஆழ்வார் பாடல்களில் இடம்பெற்றதாகவே கருதலாம். இக்கருத்தினையுட்கொண்டே வடிவழகிய நம்பிதாசர் என்னும் பெரியாரும், 'பருவம் ஓர் பத்தும் கார்முகிற்கு உரைத்தவர்' என்று பெரியாழ்வாரைப் பற்றிச் சிறப்பித்துப் பாடியுள்ளார்.

ஆயினும் பெரியாழ்வாரின் பிள்ளைத்தமிழுக்கும் பிற்காலத்தோர் பாடிய பிள்ளைத்தமிழுக்கும் இலக்கிய நோக்கில் நிறையவே வேற்றுமை உண்டு. பெரியாழ்வார் பிள்ளைப்பருவத்தில் இயற்கையாக நடைபெறும் ஒவ்வொரு செயலையும் மிக இயல்பாக வெளியிட்டிருக்கிறார். அவரது திருமொழியில் பிறப்பை அடுத்துத் தாலாட்டு இடம்பெறும் பொருத்தத்தைக் காணலாம். பின்வரும் அம்புலி, செங்கீரை முதலியனவும் இத்தகைய பொருத்தம் உடையனவே. ஆனால் பின்னைய பிள்ளைத்தமிழ்களிலோ செங்கீரையை அடுத்தே தாலாட்டு இடம்பெறுகின்றது. இப்பொருந்தாமையை அறிஞர் தெ.பொ.மீயும் சுட்டிக் காட்டியுள்ளார். குழந்தைகள் தம் தாயாரைப் பின்புறமாக வந்து அணைந்து கொள்ளுதல் இன்றும் காணக்கூடியதே. இதனைப் 'புறம்புல்கல்' (1-9) என்று பெரியாழ்வார் பாடியிருப்பதையும் அவர் எடுத்துக்காட்டியுள்ளார். தளர்நடைப்பருவம், அச்சோப்பருவம், அப்பூச்சி காட்டுதல், முலையுண்ண அழைத்தல், நீராட்டல், காதுகுத்த அழைத்தல், குழல்வாரக் காக்கையை வாவெனல், பூச்சூட்டல் முதலியனவும் இப் 'புறம்புல்கல்' போலக் குழந்தையோடு தொடர்புடைய மிகமிக இயல்பான பாடுபொருள்களே. அன்றியும் அவற்றை வெளிப்படுத்திய பாங்கும் வாய்மொழி இலக்கியத்தைத் தழுவிய எளிமையுடையது; செயற்கைத்தன்மை சிறிதும் அற்றது. ஆனால் பிற்காலப் பிள்ளைத்தமிழ்ப் பிரபந்தங்களின் நிலையோ வேறு. அந்நூல்கள் யாவும் செயற்கை முறையிலான ஓர் அமைப்பினை உருவாக்கிக்கொண்டன. அவ்வமைப்பு அல்லது சட்டகத்திற்குள் வராத கூறுகள் பின்னர் மறக்கப்பட்டன. எந்தப் பிள்ளைத்தமிழிலும் பின்னர் அவை இடம்பெற்றதாகத் தெரியவில்லை.

ஒரு மரபினை வரையறுத்துக்கொண்டு, வயது முதிர்ந்த பெரியவர்களையும் குழந்தைகளாகப் பாவித்துப் பாடும் நிலையில் அவை செயற்கைத்தன்மை பெற்று விடுவது இயல்பே ஆகும். எனவே பெரியவர்கள் மீது பிள்ளைத்தமிழ் பாடுவது பொருந்தாது என்னும் கருத்தையும் தற்கால இலக்கிய விமர்சகர்கள் முன் வைத்துள்ளனர். எத்துணைச் சிறந்தவராயினும் (கடவுளர் உட்பட) கண்ணனைப்போன்ற நாடறிந்த பிருந்தாவன வாழ்க்கை அல்லது குழந்தைப்பருவக்கதை மற்றையோருக்கு இல்லையாதலால் அவர்களைப் பற்றிய பிள்ளைத்தமிழ் நூல்கள் அவ்வளவாகச் சுவைக்கப் படுவதில்லை.

ஆனால் பெரியாழ்வாரின் பிள்ளைத்தமிழோ அனைவரையும் கவர்ந்து இழுக்கும் அமுத-ஆறு போன்றது. கண்ணன் என்னும் தெய்வக் குழந்தையைப் பற்றிய அவரது ஒளிமயமான படப்பிடிப்பு தமிழ் இலக்கியத்தின் மிகச்சிறந்த நயமிக்க பகுதி என்று பாராட்டிக் கூறுவர் அறிஞர் மு. அருணாசலம். இக்கருத்து அறிஞர் பலர்க்கும் உடன்பாடானதே.

இதனால் தமிழில் முதல் பிள்ளைத்தமிழ் இலக்கியம் படைத்தவர் பெரியாழ்வாரே என்பதும், அவரது படைப்பே முதன்மையானது என்பதும் இனிது விளங்கும்.

எனினும் பிற்காலத்தில் தோன்றிய பிள்ளைத்தமிழ்ப் பிரபந்தங்கள் கூறும் பத்துப் பருவப் பெயர்களைக் கருத்திற்கொண்டு பெரியாழ்வார் திருமொழி பிள்ளைத்தமிழுக்கான முன்னோடிக் கூறுகளை மட்டுமே கொண்டுள்ளதாகக் கூறுவர் சிலர்.

வரம்பு கட்டிய இலக்கிய வகையாகப் பிள்ளைத்தமிழ் வளர்ந்து அதற்குப் பாட்டியல்கள் இலக்கணமும் வகுத்தபோது பெரியாழ்வாரின் திருமொழியில் உள்ள சில பகுதிகளை மட்டும் பிள்ளைத்தமிழ் இலக்கியத்தின் முன்னோடிக் கூறுகளாகக் குறிக்கும்மரபு தமிழ் உலகில் தோன்றியது. ஆழ்ந்துநோக்கின் இம்முடிவு மறுசிந்தனைக்கு உரியது என்பது புலப்படும். பெரியாழ்வார் திருமொழியிற் காணலாகும் பிள்ளைத்தமிழ் இயல்புகளை நோக்கி, அவரது படைப்பையே முதல் பிள்ளைத்தமிழ் நூலாகக் குறிப்பது பொருத்தம் என்று தோன்றுகிறது. பெரியாழ்வார் திருமொழியில் உள்ள கண்ணனைப் பற்றிய சில பதிகங்களை மட்டும் தொகுத்துக் 'கண்ணன் பிள்ளைத் தமிழ்' என்று புலவர்ஒருவர்* பதிப்பித்திருப்பதும் பெரியாழ்வார் திருமொழி கூறும் கண்ணனின் பிள்ளைமைச் செயல்கள் குறித்து அந்நாளில் நூல் எழுதிய டி. பதுமாவதி அம்மையார் அந்நூலுக்குப் 'பெரியாழ்வார் பிள்ளைத்தமிழ்' என்று பெயர் சூட்டியிருப்பதும் இங்கு நினைவுகூரத்தக்க செய்திகள் ஆகும்.

---

* புலவர் ச. சாம்பசிவன் (ப.ஆ.) கண்ணன்பிள்ளைத் தமிழ், பூமகள் புத்தக நிலையம், சென்னை, 1971.

7. தத்துவக் கருத்துகள்

திருமால் எனப்படும் விஷ்ணுவை வழிபடுவோர் வைஷ்ணவர் ஆவர். அவர் தம் 'தீதில் நன்நெறி' - வைஷ்ணவம் எனப்பெயர் பெற்றது. வடசொற்களான இவற்றைத்தமிழ் மரபுப்படி வைணவர், வைணவம் என வழங்குகின்றோம். ஆழ்வார் பாசுரங்களில் 'வைஷ்ணவன்' என்னும் சொல் வழக்கு காணப்படுகின்றது.

"வன்மை யாதுவன் கோயிலில் வாழும்
வைஷ்ணவன் என்னும் வன்மை கண்டாயே" (5-1-3)

என்பது பெரியாழ்வார் திருமொழி.

"அறியக் கற்று வல்லார் வைஷ்ணவர்" (5-5-1)

என்பது திருவாய்மொழி.

இவ்வாறு ஆழ்வார்களாலே 'வைஷ்ணவர்' என்று குறிக்கப்பட்ட விஷ்ணு சம்பந்தமுடையவர்கள் பின்பற்றிய சமயம் ஆழ்வார்கள் காலத்திற்குப் பிறகு 'வைஷ்ணவம்' எனப்பெருக வழங்கலாயிற்று. நாதமுனிகள் ஆளவந்தார், இராமாநுஜர் தொடக்கமாகவுள்ள ஆசார்யர்கள் ஆழ்வார்களின் அருளிச் செயலைத் தழுவியே வைணவத்தை வளர்த்தனர்; சமயக்கோட்பாடுகளை வகுத்தனர். மக்கள் அனைவர்க்கும் உய்தி அளிக்கும் பிரபத்தி மார்க்கத்தக் கற்பிக்கவும் வைணவத்துக்குச் சமயக்கட்டமைப்பை நல்கவும் அவர் களுக்கு உதவியவை ஆழ்வார் பாசுரங்களே. ஆசார்யர்களுக்குள் நடுநாயக ரத்தினமாகப் போற்றப்படும் இராமாநுசர் ஆழ்வார்களின் பாசுர ஒளியிலேயே வைணவத்தைத் தனிப்பெருஞ் சமயமாக - விசிஷ்டாத்வைதமாக நிறுவிக்காட்டினார். அவர் காட்டிய வழியிலேயே வேதாந்தத்தை வடமொழி, தென்மொழி ஆகிய இருமொழிகளிலும் விளக்கிக் கூறுமுறையினை ஆசார்யர்கள் அனைவரும் தொடர்ந்து மேற்கொண்டனர். வேதம் உபநிடதம், ஸ்மிருதி, இராமாயணம், பகவத்கீதை முதலியவற்றோடு ஆழ்வார் பாசுரங்களை ஒப்புநோக்கிக் காட்டும் முறையையும் உருவாக்கி வளர்த்தனர். திவ்வியப் பிரபந்தங் களைக் கொண்டே வேதங்களுக்கு விரிவுரை செய்தனர். வேதத்தில் விளங்கிக்கொள்ள முடியாத இடங்களுக்கு ஆழ்வார்களின் அருளிச் செயல்கொண்டு விளக்கமும் தந்தனர். இதன் பயனாக வைணவம் வடமொழி தென்மொழி ஆகியவற்றின் சாராம்சமான உபய வேதாந்தம் எனப்பெயர் பெற்றது. இவ்வகைப் போக்கினால் வைணவத்தில் தத்துவ நூல்கள் பல தோன்றலாயின. அவையாவும் மணிப்பிரவாள நடையில் அமைந்தவை. பெரியவாச்சான்பிள்ளை, பிள்ளைலோகாசார்யர், அழகியமணவாளப் பெருமாள்நாயனார் போன்றோர் முறையே படைத்தளித்த பரந்தரஹஸ்யம், அஷ்டாசரஹஸ்யம், ஆசார்யஹிருதயம் முதலான தத்துவ நூல்கள்

இங்குக் குறிப்பிடத்தக்கவை. இச்சமய தத்துவ நூல்களுக்கெல்லாம் முதற்காரணமாகவும் அடிப்படையாகவும் அமைந்தவை ஆழ்வார் களின் பாசுரங்களே. இந்நூல்களுள் கூறப்பட்டிருப்பவை முற்றும் நாலாயிரத் திவ்வியப்பிரபந்தங்களின் கருத்துப்பொருளும் வேதாந்தங் களின் நுண்பொருளுமே எனக்கூறுவர் வைணவ அறிஞர்.

ஆதலின் பெரியாழ்வார் பாசுரங்கள் வைணவ சமயம் தத்துவ ஆக்கத்திற்குத் தந்துள்ள பங்களிப்பினை இக்கட்டுரையிற் சுருக்கமாகக் காண்போம்.

திருமந்திரம்

மாறிமாறிப் பல பிறப்பும் பிறந்து துன்பக்கடலில் உழல்கின்ற உயிர்கள் வீடுபேற்றினை அடைதற்கு வாய்ப்பாக அறிந்துகொள்ள வேண்டியவை பல உண்டு. அவற்றுள் 'அர்த்தபஞ்சக ஞானம்' மிகவும் முக்கியமானது என்பர். கீழ்க்காணுமாறு அஃது, ஐந்து வகைப் பட்டிருக்கும்.

1. இறைவனது இயல்பு (பரப்பிரம்ம சொரூபஞானம்) 2. ஆன்மாவின் இயல்பு (ஜீவாத்மா சொரூபஞானம்) 3. ஆன்மா பயனை அடைதற்குரிய வழிகள் (உபாய சொரூபஞானம்) 4. ஆன்மா அடையும் பயன்கள் (புருஷார்த்த சொரூபஞானம்) 5. அப்பயனை அடைதற்குத் தடையாய் அமைந்தவைகள் (விரோதி சொரூபஞானம்).

இவ்-அர்த்தபஞ்சக ஞானத்தை 'ரஹஸ்யத்ரயம்' எனப்படும் மும்மறைப் பொருள்கள் விளக்குகின்றன என்றும் வீடுபேற்றினை அடைய விரும்பும் ஒருவனுக்கு அதாவது 'முமுட்சு'வுக்கு இவை இன்றியமையாதனவாகுமென்றும் வைணவ நூல்கள் கூறுகின்றன.

அம்மூன்று மறைபொருள்கள் ஆவன: 1. திருமந்திரம் 2. துவயம் 3. சரமசுலோகம்.

இவற்றுள் முதலாவதான திருமந்திரத்தைப் பதரிகாசிரமத்தில் நானுக்கும், அடுத்ததான துவயத்தை ஸ்ரீவிஷ்ணு லோகத்தில் பெரிய பிராட்டியாருககும், இறுதியாகவுள்ள சரமசுலோகத்தை குருசேத்திரப் போர்க்களத்தில் அர்ச்சுனனுக்கும் இறைவன் உபதேசித்ததாகக் கூறுவர்.

'ஓம் நமோ நாராயணாய' என்பதே திருமந்திரமாகும். இது, ஓம் என்னும் பிரணவத்தை முதலிலும் நம பதத்தை நடுவிலும் நாராயண பதத்தைக் கடைசியிலும் கொண்ட எட்டெழுத்து மந்திரமாகும். 'பேசுமின் திருநாமம் எட்டெழுத்தும்' என்று திருமங்கையாழ்வாரும் (பெரியதிருமொழி 1-8-9),எட்டெழுத்தும் ஓதுவார்கள் வல்லர் வானமாளவே' என்று திருமழிசையாழ்வாரும் (திருச்சந்தவிருத்தம்-77) இவ்வெட்டமுத்தின் பெருமைபற்றிப் பேசியுள்ளனர். சாத்திரங்களில் மிகவும் ஆதரிக்கப்பட்டது இத்திருமந்திரமே.

தத்துவக் கருத்துகள்

இம்மந்திரத்தில் முதலில் உள்ள ஓம் என்னும் பிரணவத்தின் பொருளையே நம,இ நாராயணா ய என்னும் இருபதங்களும் விரித்துரைக்கின்றன. இவ்விரு பதங்களின் பொருளையே துவயம் விவரிக்கிறது. இத்துவயத்தின் பொருளையே சரமசுலோகம் விளக்கிப் பேசுகின்றது.

இவ்வாறு இம்மூன்றும் ஒன்றற்கொன்று விளக்கமாய் அமைந் திருத்தலின் திருமந்திரமே முதலில் அறியத்தக்கதாகும்.

'முமுட்சுக்களுக்கு அறியவேண்டும் ரஹஸ்யம் மூன்று'
'அதில் ப்ரதம ரஹஸ்யம் திருமந்த்ரம்'

என்று முமுட்சுப்படி (சூ, 1, 2) என்னும் நூலில் பிள்ளைலோகாசார்யர் குறிப்பிடுகின்றார்.

இங்ஙனம் முமுட்சுப்படி போன்ற வைணவ சமயத் தத்துவ நூல்களில் விளக்கிப் பேசப்படும் திருமந்திரத்தின் சீர்மையை வடமொழியும் தென்மொழியும் நன்கு கற்றவர்களே தத்துவார்த்த நோக்கில் விளங்கிக்கொள்ள முடியும். அத்தகைய இடர்ப்பாடு எதுவு மின்றியே பக்தனின் நெஞ்சில் மிக எளிமையாக இதைப் பதியச் செய்கிறார் பெரியாழ்வார்.

"நாடும் நகரமும் நன்கறிய நமோ.
நாராயணாய வென்று
பாடு மனமுடைப் பத்தருள்ளீர், வந்து
பல்லாண்டு கூறுமினே!"

என்பது அவர் வாக்கு. இதன் மூலம் அதனை 'மறை' என மறைத்து வைக்காமல் உலகை உய்விக்கும் உயர்ந்த நோக்கம் அவருக்கு இருந்ததை அறியலாம்.

இத்தொடரில் 'ஓம்' என்னும் பிரணவத்தை ஆழ்வார் முதலிற் குறிப்பிடாத போதிலும் பிறதோரிடத்தில் இறுதிக்காலத்தின்போது அதனை மூன்று மாத்திரை அளவு உச்சரிப்பார்க்கு வீட்டுலகம் வாய்க்கும் (4-5-4) என்கிறார். திருமாலை, 'மூன்று எழுத்து ஆய முதல்வனே' (4-1-4) என அழைக்கிறார். இங்கு மூன்றெழுத்து என்பது அகார, உகார, மகாரங்களாகிய 'ஓம்' என்னும் பிரணவமே. அன்றியும் ஆழ்வார் பாடிய திருப்பல்லாண்டு இப்பிரணவப் பொருளை உள்ளடக்கியதாகும் எனப் பெரியோர் அறுதியிட்டிருப்பதும் இங்கு நினையத்தகும்.

மேலும் நாராயண நாமம் தவிர வேறொன்றையும் அறியாத தம் நிலையை,

"நன்மை தீமைகள் ஒன்றும் அறியேன்,
நாரணா! என்னும் இத்தனை யல்லால்"   (5-1-3)

என்பதால் புலப்படுத்துகிறார் அவர். 'நாராயண நாமத்தச் சொல்லாத நாளே எனக்குப் பட்டினிநாள்' (5-1-6) என்று ஆழ்வார் பேசுமிடமும் உண்டு. அப்பாசுரத்தைப் படிப்போர் உள்ளத்திலும் 'திருமந்திரத்தைச் சொல்லாத நாள் பட்டினிநாளே' என்னும் எண்ணத்தை ஏற்படுத்தி விடுகிறார் அவர்.

வாழ்நாள் முழுமையும் சாந்துணையும் சொல்லத்தக்கது இந்நாராயண மந்திரமே என்பதையும் அவர் உணர்த்தத் தவற வில்லை. 'மரணமடைவதற்கு முன்னால் வாயினால் நமோ நாரணாவென்று தலைமேல் கைகூப்பிக்கொண்டு சொன்னால் பரமபதம் போய்ச் சேர்வதில் தடையில்லை' (4-5-2) என்கிறார். இதனால் அரிய மந்திரங்களின் பயனை எளியவர்களும் அறிந்து உய்யவேண்டும் என்னும் நோக்கத்தில் அவர் பாசுரமிட்டிருப்பது புலனாகும். அரும்பொருள்களையும் எளியனவாக்கிப் பிறர் நெஞ்சிற் பதியுமாறு கூறுவதே அறிவுடைமையின் இலக்கணமாகும். இதனை, 'எண் பொருளவாகச் செலச்சொல்லுதல்' என்பார் திருவள்ளுவர். 'வேப்பயன் கொள்ளவல்ல விட்டுசித்தன்' (2-8-10) என்று தம்மைப்பற்றிக் கூறிக்கொள்ளும் பெரியாழ்வார், அதற்கேற்பவே வேதத்தின் பயனைத் தாம் கொண்டது மட்டுமன்றி அதனை உலகுக்கும் கொடுத்துப் பயன் பெறுமாறு செய்தார். இங்கு நாம் காட்டிய பாசுரங்களே இதற்குச் சான்றாகின்றன.

நாராயணன் என்பது நாரங்களுக்கு அயனம் எனப்பொருள்படும் ஒரு தொடராகும். இறைவன் எல்லாப்பொருள்களையும் தனக்குள் அடக்கி எங்கும் வியாபித்துள்ள நிலையை இது, உணர்த்தும. அழிவில்லாப் பொருள்களின் கூட்டத்திற்கு இடமாய் உள்ளவன் என்றும் அழிவில்லாப் பொருள்களை இடமாக உடையவன் என்றும் இருவகையாகப் பொருள்தரும் தொடர் இது. இதனைத் திருவாய் மொழிப்பாசுரம் ஒன்றில்,

"அறிகிலேன் தன்னுள் அனைத்துலகும் நிற்க
நெறியினால் தானும் அவற்றுள் நிற்கும் பிரான்"   (9-6-4)

என்கிறார் நம்மாழ்வார். இந்நாராயண சப்தார்த்தத்தை மிகமிக எளிமையாக்கிப் பெரியாழ்வார் வெளியிடும் இடம் ஒன்று உண்டு.

"உன்னைக் கொண்டு என்னுள் வைத்தேன்
என்னையும் உன்னில் இட்டேன்"   (5-4-5)

என்கிறார் அவர். இறைவன் கிருஷ்ணனாகப் பிறந்து எல்லார்க்கும் எளியன் ஆனதுபோல, அரிய சமயக்கருத்துகளும் பெரியாழ்வார் பாசுரங்களில் எளிமையாக வெளிப்படக் காண்கிறோம்.

இங்ஙனம் திருமந்திரத்தையும் அதன் பயனையும் பற்றி வெளிப்படையாகப் பேசும் ஆழ்வார், ஓரிடத்தில் மட்டும் அதனை மறைத்துப் பேசுவது போலத் தோன்றுகின்றது.

“மூன்றெழுத் ததனை மூன்றெழுத் ததனால்
மூன்றெழுத் தாக்கி மூன்றெழுத்தை
ஏன்றுகொண்டு இருப்பார்க்கு இரக்கம்நன் குடைய
எம்புரு டோத்தமன் இருக்கை;
மூன்றடி நிமிர்த்து மூன்றினில் தோன்றி
மூன்றினில் மூன்றுரு வானான்,
கான்தடம் பொழிலசூழ் கங்கையின் கரைமேல்
கண்டமென் னும்கடி நகரே” (4-7-10)

‘திருமந்திரத்தில் முதலாவதாகவுள்ள ஓம் என்னும் பிரணவம் அகார, உகார, மகாரமென்னும் மூன்றெழுத்துக்களைக் கொண்டதாகும். அந்தப் பிரணவத்தை நம பதத்தோடும் நாராயணபதத்தோடும் கூட்டி மூன்று பதமாக்கி அதாவது திருவெட்டெழுத்தாக்கி-அந்த மூன்று பதங்களிலும் ஆத்மா பிறருக்கன்றி அவனுக்கே உரிமைப்படுதல் (அநந்யார்ஹ சேஷத்துவம்), பிறரையன்றி அவனையே சரணமாகப் பெறுதல் (அநந்ய சரணத்வம்), பிறரையன்றி அவனையே இனிமையாக நுகர்தல் (அநந்ய போக்யத்வம்) என்று சொல்லப்படும் மூன்று வடிவு களையும் (ஆகாரங்கள்) தோற்றுவித்து, அப்படிப்பட்ட மூன்று வடிவுகளுக்கும் எதிர்த்தட்டாகத் தானும் (இறைவனும்) தலைமை (சேஷத்வம்), நெறியாதல் (சரண்யத்வம்), அடையுமிடமாதல் (ப்ராப்யத்வம்) ஆகிய மூன்று வடிவுகளையுமுடைய எம்பெருமான் எழுந்தருளியிருக்கும் இடம் கண்டமென்னும் கடிநகராகும்’ என்பதுவே இதன்பொருள்.

முன்னைய பாசுரங்களில் நாராயண மந்திரம் பற்றி மிக எளிமையாகப் பேசிய ஆழ்வார் - இப்பாசுரத்தில் கற்றார்க்கும் எளிதில் புலப்படாத அருமைப் பாட்டுடன் அதன் சிறப்பை விளக்கக் காண்கிறோம். பெரியாழ்வாரின் பாசுரங்களிலேயே இஃது ஒன்று மட்டுமே எளிதில் பொருள் புலப்படாததாய் உரையாசிரியரின் துணை நாடுவதாய், ஆழ்பொருளைக் கரந்து உள்ளடக்கிக் கொண்டிருக்கிறது எனலாம் இதற்குக் காரணம் என்ன? சாதாரணத் தமிழறிவு படைத்தவர்களும் படித்த அளவில் புரிந்துகொள்ளக்கூடிய இனிய பாசுரங்களைப் படைத்தவர் அவர். வேதத்தின் பயனை எல்லார்க்கும் விளங்கவுரைத்த பெருமையுடையவர். பெரும்பாலும் எளிய தமிழில் நாட்டார் வழக்காறுகளையும் சொற்கூறுகளையும் ஏற்றுக் கவிதை பாடுவதைத் தம் படைப்புக்கொள்கையாகக் கொண்டிருந்த ஆழ்வார், மறைபொருளாகக் கூறப்படும் ரஹஸ்யார்த்தங்களைத் தம்மாலும் மறைத்துக்கூற முடியும் என்று காட்டுவதைப்போல இப்பாசுரத்தை அமைத்திருக்கிறார் எனலாம்.

துவயம்

இங்ஙனம் திருமந்திரம் பற்றிப் பேசும் ஆழ்வார் துவயம் என்னும் மந்திரம் பற்றி எங்கும் வெளிப்படையாகப் பேசவில்லை. ஒருவனுக்குப் பேறு கிடைப்பது பெரிய பிராட்டியாராலே என்பதை இம்மந்திரம் இயம்புகின்றது. ஸ்ரீவைஷ்ணவ சம்பிரதாயத்தில் துவயத்திற்குக் கூறப்படுகின்ற சிறப்பு வேறு மந்திரங்கள் எவற்றிற்கும் கூறப்படுவதில்லை என்பர். 'பெருமிடியன் கையிலே சிந்தாமணி புகுந்தாப்போலே' என்று பிள்ளையுறங்காவில்லிதாசரும், 'எலுமிச்சம் பழம் கொடுத்து ராஜ்யம் பெறுவாரைப்போலே' என்று திருக்குருகைப்பிரான் பிள்ளானும் இத்துவயத்தின் பலனை உவமைமுகத்தான் எடுத்துக்காட்டியுள்ளனர். எனவே இது மந்திர ரத்தினம் என்றும் வேதசாரம் என்றும் புகழப் படுகின்றது.

துவயம் என்பதற்கு இரண்டு தொடர்களாலாகிய மந்திரம் என்பது பொருளாகும். மந்திரம் வருமாறு:

'ஸ்ரீமத் நாராயண சரணௌ சரணம் பிரபத்யே
ஸ்ரீமதே நாராயணாய நம"

இவ்விரண்டு தொடர்களிலும் பிராட்டியைப் பற்றிய குறிப்பு இடம்பெற்றுள்ளது.

'பெரியபிராட்டியாரை முன்னிட்டுப் பெருமானுடைய இரண்டு திருவடிகளையும் உபாயமாகப் பற்றுகிறேன்" என்பது முதல் தொடரின் தெளிந்த பொருளாகும்.

'பெரியபிராட்டியாரும் பெருமானுமாகிற சேர்க்கையில் என்றும் கைங்கர்யத்தைப் புரிவேனாக' என்பது பின்னைய தொடரின் தெளிந்த பொருளாகும்.

இப்பொருளமைந்த துவயத்தை ஆசார்யர்கள் எப்போதும் விரும்பி அனுசரித்து வந்தார்கள் என 'வார்த்தாமாலை' (வார்த்தை 431) என்னும் வைணவ நூல் குறிப்பிடுகின்றது.

"திருமாலே! நானும் உனக்குப் பழ அடியேன்" (திருப்பல்லாண்டு 11)
"நின்திரு ஆணை கண்டாய்!
நீ ஒருவர்க்கும் மெய்யன் அல்லை" *(5-3-2)*
"உன்பாத நிழலல்லால் மற்றோர் உயிர்ப்பிடம்
நான் எங்கும் காண்கின்றிலேன்" *(5-3-4)*
"உனக்குப் பணிசெய் திருக்கும் தவம் உடையேன்" *(5-3-3)*

எனவரும் இடங்களில் ஆழ்வார் பெரிய பிராட்டியாரை முன்னிட்டே இறைவனின் திருவடிகளைப் பற்றுகின்றார், கைங்கர்யத்துக்கு விரை கின்றார் என்று கொள்ளுதல் தகும்.

‘திருமால்’ என்னும் ஈரசைச்சொல்லில் முதலசையாக முன்னிற்கும் ‘திரு’வும் பின்னர் ஆழ்வார் தனியே கூறும் ‘திரு’வும் (‘நின்திரு ஆணைகண்டாய்’ என்பதில் உள்ள ‘திரு’) ‘ஸ்ரீ’ என்னும் பெரிய பிராட்டியாரையேகுறிக்கும். பொதுவாக, ‘திருமால்’ என ஆழ்வார்கள் பாடுமிடங்களில் எல்லாம் பெரிய பிராட்டியுடனான பெருமானின் சேர்க்கையே நினைக்கப்படுகின்றது. தென்தமிழில் ‘திருமால்’ என்பதை வடமொழியில் ‘ஸ்ரீய:பதி’ எனக்குறிப்பது இங்கே மனம் கொள்ளத் தக்கது.

சரமசுலோகம்

இறுதியாகவுள்ள சரமசுலோகம் தேர்த்தட்டிலே நின்று கீதாசார்யனான கண்ணபிரான் அர்ச்சுனனின் மனத்துயரை மாற்றக் கூறியதாகும். கடைசி உபாயமான பிரபத்தி பற்றிப் பேசுவதால் இது சரமசுலோகம் எனப் பெயர் பெற்றது பிரபத்தி என்றால், ‘புகல் ஒன்றில்லா அடியேன் உன் அடிக்கீழ் அமர்ந்து புகுந்தேனே’ (திருவாய்மொழி 6-10-10) என்று கூறி எம்பெருமான் திருவடிகளில் தஞ்சம் புகுவது. கர்ம, ஞான பக்தி யோகங்களைக் காட்டிலும் சரணாகதி நெறியே சிறந்ததாகும் என்பது ஆளவந்தார் போன்ற ஆசார்யர்களின் கருத்தாகும்.

“ஸர்வ தர்மாந் பரித்யஜ்ய மாமேகம் சரணம் வ்ரஜ
அஹம்த்வா ஸர்வ பாபேப்யோ மோக்ஷ யிஷ்யாமி மாசுச:”

என்பது சரமசுலோகம்.

‘உன் காரியத்தைச் செய்ய நானிருக்கிறேன்; நீ ஒன்றுக்கும் கவலைப்படாதே. உன்னுடைய எல்லாச் சுமையையும் என் தலையிலே வைத்துக் கவலையற்றவனாயிரு’ என்பதுதான் இச்சுலோகத்தின் பொருளாகும். இதனை நன்குணர்ந்து, ‘சரணாகதிக்கு உரியவனாகப் பெருமான் ஒருவனே உள்ளான்’ என்பதை ஆழ்வார்கள் அனைவரும் தம் பாசுரங்களில் புலப்படுத்தியுள்ளனர்.

“தன்னடியார் திறத்தகத்துத் தாமரையாள்
ஆகிலும் சிதகு உரைக்குமேல்
என்னடியார் அதுசெய்யார் செய்தாரேல்
நன்றுசெய்தார் என்பர் போலும்;
மன்னுடைய விபீடணற்கா மதில் இலங்கைத்
திசைநோக்கி மலர்க்கண் வைத்த
என்னுடைய திருவரங்கற்கு அன்றியும்
மற்றொருவர்க்கு ஆளாவரே?” (4-9-2)

'புருஷகாரமே இயல்பாகவுடைய பிராட்டி எம்பெருமானுடைய அடியார்கள் திறத்தில் சில குற்றங்களைக் கூறத்தொடங்கினாலும், 'எனக்கு அடிமைப்பட்டவர்கள் அக்குற்றங்களைச் செய்யமாட்டார்கள்; அப்படியே செய்தார்களாயினும் நல்லனவற்றையே செய்தவர்கள் ஆவர்' என்று கூறுவான் இறைவன். இப்படி அடியாரைப் பரிந்து நோக்கவல்ல பெரியபெருமாளைத் தவிர்த்து வேறு ஒருவர்க்கு ஆட்படுவார் எவரேனும் உண்டோ? என்பது இதன் பொருளாகும்.

இப்பாசுரக்கருத்தை நன்கு ஆராய்ந்து பார்த்தால் தஞ்சம் என்று அடையத்தக்கவனும் சரணாகதிக்கு உரியவனும் திருமாலே என்பது இனிது விளங்கும்.

"வார்த்தை அறிபவர் மாயவற்கு ஆளன்றி ஆவரோ?" (7-5-10)

என்னும் திருவாய்மொழிப் பாசுரத்தோடு,

"என்னுடைய திருவரங்கற்கு அன்றியும்
மற்றொருவர்க்கு ஆளாவரே?"

என்னும் பெரியார்வாரின் பாசுரம் ஒப்பு நோக்கத்தகும்.

இங்ஙனம் சரணாகதித்தத்துவம் பற்றிப் பேசும் பெரியாழ்வார் சரணாகதியில் நம்பிக்கை வைத்து ஒழுகும் அதிகாரிகளுள் ஒருவராகவும் மதிக்கப்பட்டிருக்கிறார். முமுட்சுப்படி 277ஆம் சூத்திரத்தில் இதை அறியலாம்.

கண்ணபிரான் தேர்த்தட்டிலே நின்று கூறிய 'மாமேகம் சரணம் வ்ரஜ' என்னும் வார்த்தையைக் குருமுகமாகக் கேட்டு அதன்படியே ஒழுகியவர் பெரியாழ்வார் என்பதனை,

"செம்மையுடைய திருவங்கர்தாம் பணித்த
மெய்ம்மைப் பெருவார்த்தை விட்டுசித்தர் கேட்டிருப்பர்"

என்னும் ஆண்டாள் திருவாக்காலும் (11-10) அறியலாம். இங்கு 'மெய்ம்மைப் பெருவார்த்தை' என்றது சரமசுலோகத்தையே.

பரத்துவம் முதலான ஐந்து நிலைகள்

வைணவ சமயம் சித்து (அறிவுள்பொருள்), அசித்து (அறிவில் பொருள்), ஈஸ்வரன் (இறை) என்னும் முப்பிரிவுகளையுடையதாகும். இவற்றுள் இறைநிலை என்பது ஐவகைப்படும். 1. பரத்துவம் (விண்ணாட்டுநிலை), 2. வியூஹம் (அணிவகுப்புநிலை), 3. விபவம் (பிறப்புநிலை), 4. அந்தர்யாமித்துவம் (உள்ளுறைநிலை), 5. அர்ச்சை (வழிபடுநிலை) என்பன அவை. பரமபதத்தில் இருக்கும் இருப்பு பரத்துவம்; பாற்கடலிலே பள்ளி கொண்டிருப்பது வியூஹம்; இராமன், கண்ணன் முதலான அவதாரங்கள் விபவம்; அண்டசராசரங்களிலும் ஆத்மவர்க்கங்களிலும் எள்ளுக்குள் எண்ணெய்போல் உள்ளுறைந்து

நிற்கும் நிலையே அந்தர்யாமித்துவம்; அடியார்களின் இல்லங்களில் தோன்றும் வடிவோடு திருவரங்கம் முதலாக உள்ள திவ்யதேசங்களில் கோயில் கொண்டிருக்கும் நிலையே அர்ச்சை.

இவ்வைந்து நிலைகளையும் நம்மாழ்வார் தம்முடைய திருவாய்மொழியில் (6-9-5) 'விண்மீது இருப்பாய் (பரமபதம்) மலைமேல் நிற்பாய் (அர்ச்சை) கடல்சேர்ப்பாய் (வியூஹம்) மண்மீது உழல்வாய் (விபவம்) இவற்றுள் எங்கும் மறைந்துறைவாய்(அந்தர்யாமி) என்று கொண்டாடக் காணலாம்.

எனினும் ஆழ்வார்களில் சிலர் ஒவ்வொரு நிலைகளில் பெரிதும் விரும்பி ஈடுபட்டதாகக் கூறுவர் அறிஞர். முதலாழ்வார் மூவரும் பரத்துவத்திலே மண்டியிருந்தனர். திருமழிசையாழ்வார் அந்தர்யாமித்துவத்திலே மூழ்கினார்; திருமங்கையாழ்வாரோ அர்ச்சையிலே தம்மைக் கரைத்துக்கொண்டார். பெரியாழ்வாரும் குலசேகரரும் விபவத்தில் அதாவது அவதாரத்தில் ஆழங்காற்பட்டனர். இவ்வாறு ஆழ்வார்களின் ஈடுபாடு பிரித்துப் பேசப்பட்டிருப்பினும் பொதுவாக நோக்குகையில் பெரிதும் அவர்கள் உகந்திருந்தது அர்ச்சையிலே என்பது தெளிவாகும்.

'ஆழ்வார்கள்பல இடங்களிலும் பிரபத்தி பண்ணிற்றும் அர்ச்சாவதாரத்திலே' என்பது ஸ்ரீவசனபூஷணம் (சூ.38).

இதற்குக் காரணம் பரத்துவம் முதலான ஐந்தனுள்ளும் இறுதியாகவுள்ள அர்ச்சை ஒன்றே நாம் கிட்டி அனுபவிக்கத்தக்கதாகும். முன்னைய நான்கும் இப்போது நமக்குக் கிட்டாதவை. பிள்ளைலோகாசார்யர் என்னும் பெரியார் பரத்துவம் முதலான நிலைகளின் அருமையையும் அர்ச்சாவதாரத்தின் எளிமையையும் அழகிய எடுத்துக்காட்டுகள் மூலம் விளக்கியிருக்கிறார். நீர்வேட்கை கொண்டவனுக்கு நிலத்தடி நீர் பயன்படாது. அண்டத்துக்கு வெளியே கிடக்கும் ஆவரணநீரும் பயன்படாது; இந்த உலகத்திற்குள்ளே இருக்கும் திருப்பாற்கடலும் முன் எப்போதோ கரைபுரண்டோடிய பெருக்காறுகளும் பயன்படமாட்டா. அவை போலத்தான் அந்தர்யாமித்துவம், பரத்துவம், வியூஹம், விபவம் முதலான நான்கும் என்பது அவர் தரும் விளக்கமாகும். ஆனால் அர்ச்சையோ இந்நான்கையும் போலன்றித் தண்ணீர் தேங்கிய மடுக்களைப் போலத் தாகம் கொண்டவர்களின் வேட்கை தீர்க்கும் - என்கிறார் அவர்.

'பூகத ஜலம்போலே அந்தர்யாமித்வம்; ஆவரணஜலம் போலே பரத்வம்; பாற்கடல் போலே வியூஹம், பெருக்கறு போலே விபவம்; அதிலே தேங்கின மடுக்கள் போலே அர்ச்சாவதாரம்' (ஸ்ரீவசன பூஷணம் சூ. 42) என்பது அவர்தரும் விளக்கமாகும்.

இத்தகைய அர்ச்சாவதாரத்தையே 'பின்னானார் (அவதாரத்திற்குப் பின்பு பிறந்தவர்) வணங்கும் சோதி' (திருநெடுந்தாண்டகம் 10) என்று போற்றினார் திருமங்கையாழ்வார். ஏனைய ஆழ்வார்களின் நிலையும்

இதுவே. எம்பெருமானுடைய சௌலப்பியம் (எளிமை) முதலான நீர்மைக்குணங்கள் இருட்டறையில் விளக்குப்போல அர்ச்சையில் சுடர் விடுவது கண்டு அவர்கள் பெரிதும் இதில் ஈடுபட்டனர்.

பெரியாழ்வாரின் 'விபவ' ஈடுபாடு

ஆனால் பெரியாழ்வாரின் நிலையோ வேறு. பரத்துவம் முதலான ஐந்தனுள்ளும் அவர் அதிகம் ஈடுபட்டது விபவத்திலேயே. விபவம் என்பது இராமன், கிருஷ்ணன் முதலான அவதாரங்கள். இவற்றுள் அவரது கிருஷ்ணாவதார ஈடுபாடு மலையிலக்குப்போல நாடறிந்த ஒன்றாகும். இராமாவதாரம் பற்றி அவர் அதிகம் பாடவில்லை என்றாலும் அவ்வவதாரத்திலும் அவர் குறைவற்ற ஈடுபாடு கொண்டிருந்தார் என்பதை அவர் பாசுரங்களின் வழி அறிய முடிகின்றது.

'நெறிந்த கருங்குழல்' என்னும் பெரியாழ்வார் திருமொழிப்பதிகம் (3-10) அனுமன் சீதக்குக் கூறிய அடையாளங்களைத் தொகுத்துரைக்கின்றது. எனினும் இத்திருமொழி இராமாயணக் கதையின் சுருக்கம் போலவும் அமைந்துள்ளது. அசோகவனத்தில் சீதையைக்கண்ட அனுமன் - தான் இராமதூதனே என்பதை மெய்ப்பிக்கும் வகையில் முன்நடந்த நிகழ்ச்சிகள் பலவற்றை அடையாளமாகக் கூறுகின்றான். அவ்வடையாளங்களுள் ஒன்று வேறு எந்த இராமாயணத்திலும் கூறப்படாத புதிய செய்தியாக உள்ளது.

> **"அல்லியம்பூ மலர்க்கோதாய் அடிபணிந்தேன் விண்ணப்பம்:**
> **சொல்லுகேன் கேட்டருளாய், துணைமலர்க்கண் மடமானே!**
> **எல்லியம்போது இனிதிருத்தல் இருநததோர் இடவகையில்**
> **மல்லிகைமா மாலைகொண்டு அங்கு ஆர்த்ததும்ஓர்**
> **அடையாளம்"** (3-10-2)

இராமனும் சீதையும் அயோத்தியில் இருந்த காலத்தில் இரவுப் பொழுதில் ஏகாந்தமான இடத்தில் இராமனிடத்தே ஊடல் கொண்ட சீதை இராமனை மல்லிகை மாலையொன்றால் கட்டியதை இங்கு அடையாளமாகக் கூறுகிறான் அனுமன். அந்தரங்கமான இந்நிகழ்ச்சியைக் கூறுவதன் மூலம், தான் இராமதூதனே என்பதை அவன் எளிதில் நிலைநாட்டியிருக்கக்கூடும். இதற்காகவே அனுமனின் அடையாளமொழி ஒன்றை இவ்வாறு அமைத்திருக்கிறார் பெரியாழ்வார். வேறு நூல்களில் காணப்படாத இச்செய்தி பெரியாழ்வாரின் கற்பனையில் பிறந்ததாக இருக்கலாம். அல்லது நாட்டுப்புற மக்களிடையே வழங்கிய இராமாயணக் கதைகளைத் தழுவி ஆழ்வார் இவ்வாறு பாடியிருக்கலாம்.

நாலாயிரத் திவ்வியப்பிரபந்தத்தில் உள்ள ஆழ்வார்களின் பாசுரத் தொடர்களைக் கொண்டே ஆறுகாண்டங்களையுடைய இராமாயணக் கதையைத் தொகுத்து அளித்திருக்கிறார் வியாக்கியானச்

சக்கரவர்த்தி பெரியவாச்சான்பிள்ளை. அத்தொகுப்பு, 'திவ்வியப் பிரபந்தப் பாசுரப்படி இராமாயணம்' என வழங்குகிறது. அதில் உள்ள சுந்தரகாண்டப் பகுதி மிகுதியும் நாம் முன்னர்க்குறித்த 'அனுமன் சீதைக்கு அடையாளம் கூறுவதாய்' உள்ள திருமொழியைக்கொண்டே அமைந்துள்ளது என்பது நினைவிற்கொள்ள வேண்டிய செய்தி ஆகும் (காண்க: பின்னிணைப்பு- 2). இதனையும்நோக்கி இராமாயணத்தின் உயிர்நிலைக்காண்டம் சுந்தரகாண்டமே என்பதையும் நோக்கினால் பெரியாழ்வாரின் இராமாவதார ஈடுபாடு குறைத்து மதிப்பிடத்தக்கது அன்று என்பது புலப்படும்.

இங்ஙனம் இராம கிருஷ்ணாவதாரங்களில் ஈடுபட்ட ஆழ்வார் ஏனைய அவதாரங்கள் குறித்துப்பேசவும் மறந்தார் இல்லை. 'கதிராயிரம்' என்னும் திருமொழியில் இவ்விரு அவதாரங்களோடு நரசிங்க, வராக அவதாரங்கள் பற்றியும் மகிழ்கிறார்.

"தேவுடைய மீனமாய்ஆமையாய்
ஏனமாய் அரியாய்க் குறளாய்
மூவுருவில் இராமனாய்க் கண்ணனாய்க்
கற்கியாய் முடிப்பான் கோயில்" (4-9-9)

என்று அவர் தசாவதாரங்களை உள்ளடக்கிச் செய்த பாசுரமும் உண்டு.

அர்ச்சை

இனி, பெரியாழ்வார் அர்ச்சையில் ஈடுபட்டதற்குச் சில சான்றுகள் காண்போம்.

திவ்யதேசங்களில் இறைவன் எழுந்தருளியுள்ள நிலையே அர்ச்சை யாகும். இதனை அர்ச்சாவதாரம் எனவும் கூறுவர். இந்நிலையானது சம்சாரிகள் கண்ணுக்குத் தோன்றும்படியான எளிமையும் அவர் வேண்டுவன அனைத்தையும் தரவல்ல பெருமையும் உடையது. சம்சார வெக்கையைத் தணிக்கும் தேனிளஞ்சோலையாகவும் திகழ்வது. ஆகவே ஆழ்வார் கிருஷ்ணாவதார அனுபவம் முடிந்த நிலையில் அர்ச்சாவதாரப் பெருமான்களையும் அவன் ஆங்காங்குக் கோயில்கொண்டுள்ள திவ்யதேசங்களின் பெருமையையும் பேசவே செய்கிறார்.

ஆழ்வார்களால் பாடப்பெற்ற அர்ச்சாவதாரமூர்த்தி கோயில் கொணட் இடங்களே திவ்யதேசங்கள் எனப்படுகின்றன. அர்ச்சையில் திருவுள்ளங்கொண்ட இறைவனது நோக்கில் இவற்றை உகந்தருளின நிலங்கள் என்றும் கூறுவர். அர்ச்சாவதாரத் திருமேனியோடு எம்பெருமான் சேவை சாதிக்கும் திருப்பதிகளுள் ஆழ்வார்களால் மங்களாசாசனம் செய்யப்பெற்ற திருப்பதிகள் நூற்றெட்டாகும்.

இவற்றுள் 19 திவ்யதேசங்களில் உள்ள அர்ச்சாவதார மூர்த்தி

களைப் பெரியாழ்வார் பாடியிருக்கின்றார். அவை 1. திருக்கோட்டியூர், 2. திருவெள்ளறை, 3. திருமாலிருஞ்சோலை, 4. திருவரங்கம், 5. கண்டம் என்னும் கடிநகர், 6. அயோத்தி, 7. ஆய்ப்பாடி, 8. கண்ணபுரம், 9. குடந்தை, 10. கோவர்த்தனம், 11. சாளக்கிராமம், 12. திருப்பாற்கடல், 13. திருப்பேர்லநகர், 14. துவரை, 15. வடமதுரை, 16. வதரி, 17. வில்லிபுத்தூர், 18. வேங்கடம், 19. வைகுந்தம் என்பனவாம்.

இவற்றுள் முதல் ஐந்தும் முழுப்பதிகம் (பதிகம் என்பது பத்து அல்லது பதினொரு பாசுரங்கள் கொண்ட ஒரு திருமொழி) பெற்ற திருப்பதிகள் ஆகும். திருவெள்ளறை, கண்டம் என்னும் கடிநகர் (தேவப்பிரயாகை) ஆகியவற்றை ஒவ்வொரு திருமொழிகளாலும் (முறையே 2-8; 4-7),திருக்கோட்டியூரை இரண்டு திருமொழிகளாலும் (1-1; 4-4), திருவரங்கம், மாலிருஞ்சோலை முதலிய திருப்பதிகளை மும்மூன்று திருமொழிகளாலும் (முறையே 4-8; 4-9; 4-10; 4-2; 4-3; 5-3) பாடியிருக்கிறார். இதனால் இவ்வைந்து திருப்பதிகளிலும் ஆழ்வார் எல்லையற்ற ஈடுபாடு கொண்டிருந்தார் என்று நாம் கருதலாம்.

ஏனைய பதினான்கு திவ்யதேசங்களை உதிரிப் பாசுரங்களாலேயே மங்களா சாசனம் செய்திருக்கிறார்.

"மன்னு குறுங்குடியாய்... கண்ணபுரத்து அமுதே" *(1-5-8)*

"கொங்கும் குடந்தையும் கோட்டியூரும் பேரும்" *(2-6-2)*

"தென்திரைசூழ் திருப்பேர்க்கிடந்த திருநாரணா" *(2-9-4)*

"சென்னியோங்கு தண்திருவேங்கட முடையாய்" *(5-4-1)*

எனவரும் இடங்களை இதற்குச் சான்றாகக் காட்டலாம்.

"வடதிசை மதுரை சாளக்கிராமம்
வைகுந்தம் துவரை அயோத்தி
இடமுடை வதரிஇடவகையுடைய
எம்புருடோத்தமன் இருக்கை" *(4-7-9)*

என ஆழ்வார் தாம் ஈடுபட்ட திவ்யதேசங்களை அடுக்கிக் கூறுதலும் உண்டு.

ஆயினும் ஆழ்வார் தம் பிறப்பிடமான வில்லிபுத்தூர்-வடபத்ரசாயிகோயில் கொண்ட திருப்பதியாக இருந்தும் தனியே ஒரு பதிகம் பாடவில்லை என்பது குறிப்பிடத்தக்கது.

"மின்னனைய நுண்ணிடையார் விரிகுழலமேல் நுழைந்த வண்டு
இன்னிசைக்கும் வில்லிபுத்தூர் இனிதமர்ந்தாய்" *(2-2-6)*

என்னும் அளவிலேயே வில்லிபுத்தூர் அவரது திருமொழியில் இடம் பெறுகின்றது. அவர்தம் திருமகளாரும் தந்தையின் வழியிலேயே,

☯ தத்துவக் கருத்துகள் ☯ 117

"மென்னடை அன்னம் பரந்து விளையாடும்
வில்லிபுத்தூர்" (நாச்சியார் திருமொழி 5-5)

என்று சொந்த ஊர் பற்றி ஒரு சிறு குறிப்பையே தருகிறார்.

அந்தர்யாமித்துவம்

பெரியாழ்வாரின் அந்தர்யாமித்துவ அனுபவமும் சுட்டிக்காட்டத் தக்கது. இறைவன் எல்லாப் பொருள்களிலும் மறைந்து உறையும் நிலையே அந்தர்யாமித்துவம் எனப்படும். இதனை, 'உடல்மிசை உயிரெனக் கரந்தெங்கும் பரந்துளன்' (1-1-7) என அருளிச்செய்வர் நம்மாழ்வார்.

'சென்னியோங்கு' என்னும் இறுதித் திருமொழியில் இறைவன் தமக்குள்ளே வந்துறைகின்ற அந்தர்யாமித்துவ அனுபவத்தைப் பெரியாழ்வார் பல பாசுரங்களில் வெளியிட்டுள்ளார். அவற்றுள் ஒன்று:

"பணிக்கடலில் பள்ளிகோளைப்
பழகவிட்டு ஓடிவந்தென்
மனக்கடலில் வாழவல்ல
மாயமணாள நம்பீ!
தனிக்கடலே! தனிச் சுடரே!
தனிஉலகே! என்றென்று
உனக்கிடமாய் இருக்க என்னை
உனக்கு உரித்தாக்கினையே" (5-4-9)

'நெய்க்குடத்தை' என்னும் திருமொழியில் (5-2) இவ்வனுபவம் வேறுவகையாகப் பேசப்படுகின்றது. தம்முடைய சரீரத்தில் இறைவன் குடிபுகுந்துவிட்டதால் அதைச் 'சிங்கப்பிரான் சேரும் திருக்கோயில்' என்றும் 'பெற்றங்கள்மேய்க்கும் பிரானார் பேணும் திருக்கோயில்' என்றும் குறிப்பிடுகின்றார். எனவே நோய்களுக்கு அங்கே இடமில்லை என்று கூறி அவற்றை உடனே நீங்கிப் போய்விடுமாறு கட்டளையிடுகின்றார்.

இவற்றால் ஆழ்வாரின் அந்தர்யாமித்துவ அனுபவத்தை விளங்கிக்கொள்ளலாம்.

பரத்துவம், வியூஹம்

நாம் முன்னர்க்குறித்த இறைநிலை ஐந்தனுள் எஞ்சியிருப்பன பரத்துவம், வியூஹம் என்னும் இரண்டே. 'பரமாத்மனைச் சூழ்ந்திருந்து ஏத்துவர் பல்லாண்டே' (திருப்பல்லாண்டு 12), 'உய்ய உலகுபடைத்த மணிவயிறா' (1-5-1), 'ஏழுலகு உண்டு உமிழ்ந்தானே' (5-1-2) என்பவற்றால் பரத்துவம் பற்றியும், 'நீலக்கடலுள் நெடுங்காலம் கண்வளர்ந்தான்' (2-6-6), 'உரகமெல்லணையான்' (4-4-4), 'பைஅரவின் அணைப்பாற்கடலுள் பள்ளிகொள்கின்ற பரமமூர்த்தி' (4-10-5)

என்பவற்றால் வியூஹம் பற்றியும் ஆழ்வார் பாடியுள்ளார் என்று நாம் கருதலாம். இவை யாவும் சிறு குறிப்புகளாக அமைந்தவையே.

அடியாரின் மேன்மை

வைணவத்தில் இறைவனைக் காட்டிலும் இறையடியார்க்கே மேன்மை கூறப்படும். இதனை 'அடியார்க்கு அடிமை செய்தல்' (பாகவத சேஷத்துவம்) என்பர். நம்மாழ்வாரும் 'பயிலும் சுடரொளி' (3-9) 'நெடுமாற்கு அடிமை' (8-10) ஆகிய திருவாய்மொழிகளில் 'அடியார்க்கு அடிமை செய்தல்' பற்றி விரிவாகப் பேசியுள்ளார். இங்ஙனம் அடியார்க்கு அடியானாகும் வைணவ நெறியினைப் பெரியாழ்வாரிடத்தும் காணலாம். திருமாலடியார்களை 'ஆதியான் அடியார்' எனக்குறிக்கும் அவர் அத்தகைய அடியார்கள் தம்மை விற்கவும் பெறுவார்கள் என்கிறார்.

"கேசவா! புருடோத்தமா! கிளர்
சோதியாய்! குறளா! என்று
பேசுவார் அடியார்கள் எம் தம்மை
விற்கவும் பெறுவார்களே" (4-4-10)

இங்கு, 'பேசுவார் அடியார்கள்' என்பதன் பொருள் நுட்பமாக உணரத்தக்கது. கேசவா, புருடோத்தமா - என்று பேசும் அவர்களே யன்றி அவர்தம் அடியார்க்கும் தாம் அடிமை என்பது தோன்ற ஆழ்வார் இங்ஙனம் பேசினார் என்பதே நாம் அறியவேண்டிய நுட்ப மாகும். 'தம்மை விற்கவும் பெறுவார்களே' என்பதால் அடியார்க்கு அடியனாகும் வைணவநெறியை ஆழ்வார் தம் மூலமாகவே உலகுக்கு உணர்த்தியமை அறியலாம்.

திருநாமச் சிறப்பு

வைணவநெறியல் இறைவனது திருப்பெயருக்கு மிகுந்த ஏற்றமுண்டு, அவனைக்காட்டிலும் அவன் திருநாமமே பேரின்பம் தரவல்லது என்பர். 'கட்டிப் பொன்போலே அவன்; பணிப்பொன் போலே திருமாமம்' என்பது வைணவ உரையாசிரியர்கள் தரும் விளக்கம் ஆகும். பணிப்பொன் என்பது தங்கத்தால் செய்த அணிகலனைக் குறிக்கும். கட்டிப்பொன்னைக் காட்டிலும் அதனால் செய்த அணிகலன் சிறந்ததன்றோ? இதனால் இறைவனின் திருநாமப் பெருமை இனிது விளங்கும்.

'அவன் தூரஸ்த்தானானாலும் இது கிட்டிநின்று உதவும்'

'திரௌபதிக்கு ஆபத்திலே புடைவை சுரந்தது திருநாமமிறே'

என்று திருநாமத்தின் பெருமையை விளக்குகிறது முமுட்சுப்படி (சூ. 15,16).

இப்படிக் காலத்தால் பின்னர்த் தோன்றிய வைணவத் தத்துவங்களுக்கு அடித்தளம் அமைத்தவை ஆழ்வார்களின்

பாசுரங்களே.

நாத்தழும்பேற நாரணநாமத்தை உச்சரித்து மகிழ்ந்தவர் பெரியாழ்வார். அவர் இறைவனது திருநாமத்தால் அடையும் பயன்களைப் பலவிடத்தும் கூறிச்சொல்கின்றார். திருமால், பேராயிரமுடைய பெருமான். ஆயினும் அவ்வாயிரம் நாமங்களுள் கேசவன், நாராயணன், மாதவன், கோவிந்தன், விஷ்ணு, மதுசூதனன், திருவிக்கிரமன், வாமனன், ஸ்ரீதரன், இருடிகேசன், பத்மநாபன், தாமோதரன் என்னும் பன்னிரு நாமங்கள் தனிச்சிறப்புடையவை. அதனை உலகுக்கு உணர்த்துவதுபோலப் பன்னிரு நாமத்தின் பெருமை கூறும் திருமொழி ஒன்றையும் (2-3) ஆழ்வார் அருளிச்செய்திருக்கிறார். கண்ணனுக்குக் காது குத்தும் பொருட்டு அவனை அழைக்கும் அசோதை இப்பன்னிரு நாமத்தையும் அவனுக்கு இட்டு 'இங்கே வாராய்' என்று கூப்பிடுமுறையில் இத்திருமொழி அமைந்துள்ளது. திருவாய்மொழியிலும் பன்னிருநாமத்தின் பெருமைபேசும் பதிகம் (2-7) ஒன்று உண்டு. அதன் பலசுருதிப்பாட்டில் இப்பன்னிரு நாமமும் 'அண்ணணல்தான் அணைவிக்கும்' என்கிறார் நம்மாழ்வார்.

திருமாலின்ஆயிரம் திருநாமங்களுள் ஒருநாமத்தையேனும் உச்சரித்து உய்தி பெறுங்கள் என்பது ஆழ்வார்களின் உபதேசமாகும். 'பேருமோர் ஆயிரத்துள் ஒன்றுநீர் பேசுமினே' (10-2-3) எனப்பணிப்பர் நம்மாழ்வார்.

> **"சொல்லலாம் போதே உன் நாமம் எல்லாம்**
> **சொல்லினேன்"** (4-10-3)

என்று தம்முடைய சொந்த அனுபவம் குறித்துப்பேசும் பெரியாழ்வார், தாம்பெற்ற இன்பத்தை உலகத்தவரும் பெறவேண்டும் என்ற எண்ணத்தில் அவர்களை நோக்கி, 'உங்கள் பிள்ளைகளுக்கு நாரணன் நாமத்தை இட்டு மகிழ்ந்திருங்கள். அப்பிள்ளைகளைப் பெற்ற அன்னையர் நற்கதியடைய அதுவே வழி' என்கிறார்.

> **"கேசவன் பேரிட்டு நீங்கள் தேனித்திருமினோ,**
> **நாயகன் நாரணன் தம்அன்னை நரகம் புகாள்"**
> **"பிச்சை புக்கு ஆகிலும் எம்பிரான்திருநாமமே**
> **நச்சுமின், நாரணன்தம் அன்னை நரகம் புகாள்"** (4-6-1;3)

இங்ஙனம் உலக மக்களுக்கு வழிகாட்டிய ஆழ்வார், 'வானுடை மாதவா! கோவிந்தா' என்று அவன் பெயரைச் சொல்லித் துதித்த தனாலே என்நா பொலிவு பெற்றது என்கிறார் ஓரிடத்தில்.

> **"மருப்பு ஒசித்தாய்! மல்அடர்த்தாய்! என்றென்று உன் வாசகமே**
> **உருப்பொலிந்த நாவினேனை உனக்குஉரித்து ஆக்கினையே!"**
> (5-4-7)

என்பது ஆழ்வாரின் 'திருவாசகம்.'

வீட்டுலகம்

பெரியாழ்வார் காட்டும் வீட்டுலகம் பற்றியும் சிறிது நோக்குவோம்.

ஆழ்வார்களின் தலைவரான நம்மாழ்வார் 'நலமந்தம் இல்லதோர் நாடு' (2-8-4) என்று அதனைக் குறிக்கக் காண்கிறோம். பரிமேலழகரும் இதனைத் தழுவியே 'அந்தம்இல் இன்பத் அழிவில் வீடு' என்றார். இவ்வீட்டுலகத்தை 'வானோர்க்கு உயர்ந்த உலகம்' என்று திருவள்ளுவரும், 'வானுக்கு அப்புறத்து உலகம்' என்று கம்பரும் குறிப்பிடுவர்.

திருமால் தன்னடியார்களுக்கு வழங்கும் வீட்டுலகம் பற்றிப் பெரியாழ்வார் கூறுவதும் இவ்வகைப்போக்கிலேயே அமைந்திருக்கிறது.

"இருள்அகற்றும் எறிகதிரோன் மண்டலத்தூடு
ஏற்றிவைத்து ஏணி வாங்கி
அருள்கொடுத்திட்டு அடியவரை ஆட்கொள்வான்
அமரும் ஊர் அணிஅரங்கமே" (4-9-3)

என்னும் பாசுரத்தில், 'இருளையகற்றுகிற சூரியனுடைய மண்டலத்துக்கு அப்பால் அடியார்களை ஏறிச்செல்லும்படி செய்து, அவ்வடியார் ஏறியபின்னர் அதற்குப் பாங்காய் அமைந்த ஏணியினை வாங்கிக்கொள்வான் அமரும் ஊர் திருவரங்கமே' என்கிறார் பெரியாழ்வார். இதனால் இறைவன் தன்னடியார்களைப் பரமபதத்தில் ஏற்றிய செய்தியே கூறப்பட்டிருப்பதாக விளக்குவர் உரைகாரர். பரமபதம் செல்வோர் சூரியமண்டலத்தைக் கீண்டு கொண்டு செல்வதாகத் திருமடல்களில் கூறப்பட்டிருப்பதைச் சான்றுகாட்டி அவர்கள் விளக்கம் தருகின்றனர். இதனால் வைணவத்தில் 'பரமபதம்' என்று கூறப்படுவதே ஆழ்வார் கருதிய வீட்டுலகம் என்பது புலப்படுகின்றது.

இப்பரமபதத்தையே 'வைகுந்தம்' என்றும் 'நீள்விசும்ஹப' என்றும் 'தனமிகுசோதி' (1-5-7) என்றும் 'நாரணனுலகு' (5-1-10) என்றும் பலவாறு குறிக்கிறார் பெரியாழ்வார். மேலும் 'கடல் வண்ணன் கழலிணை காண்பர்களே' (3-3-10) 'சாதுகோட்டியுள் கொள்ளப்படுவரே' (3-7-11) 'தூமணிவண்ணனுக்கு ஆளரே' (3-8-10) 'பரமனடி சேர்வர்களே' (4-2-10) 'கண்ணன் கழலிணை காண்பர்களே' (4-2-11) 'எம்பெருமான் இணையடிக்கீழ் இணைபிரியாதிருப்பர்' (4-9-11) 'உலகமளந்தான் தமரே' (5-3-10) எனக் கூறுமிடங்களிலும் பரமபதம் பற்றியே ஆழ்வார் குறிப்பிடுவதாகக் கொள்ளவேண்டும்.

பக்திநெறிக் கவிஞர்

நாம் இதுவரை பார்த்த தத்துவக் கருத்துகளுக்கு அப்பாற்பட்டுப் பெரியாழ்வார் - ஒரு பக்தராக, பக்திநெறிக் கவிஞராகவே உயர்ந்து ஓங்கிய நிலையில் நமக்குக் காட்சி தருகிறார். அவரது பாசுரங்களில்

தத்துவ விளக்கத்தைக் கண்ட வைணவ சமயப் பெரியார்களே அவரை மிகச் சிறந்த பக்தராகவும் இனம் காட்டியுள்ளனர். 'பாலேய் தமிழர் இசைகாரர் பத்தர் பரவும் ஆயிரத்தின்' (1-5-11) என்னும் திருவாய்மொழிக்குப் பொருள் கூறுகின்ற ஈட்டுரைகாரர், 'பாலேய் தமிழர் யார்? இசைகாரர் யார்? பத்தர் யார்?' என்னும் கேள்விகளை எழுப்பிக்கொண்டு பின்வருமாறு விடையளிக்கின்றார்.

'பாலேய் தமிழர் - என்கிறது முதலாழ்வார்களை; இசைகாரர் என்கிறது திருப்பாணாழ்வாரை, பத்தர் என்கிறது பெரியாழ்வாரை' என்கிறார். 'ஆக, இயலறிவார், இசையறிவார், பகவானுடைய குணங்களில் ஈடுபட்டிருப்பார் ஆகிய இவர்கள்' என்று அவர் மேலும் விளக்குகிறார். 'பத்தர்' என்பதற்கு அவர் தரும விளக்கமும் இங்கு எண்ணிப் பார்க்கத்தக்கது. 'கால் ஆழும்; நெஞ்சு அழியும்; கண்சுழலும் என்று இருக்குமவர்களே பக்தர்கள்' என்கிறார். பெரியாழ்வார் மாலிருஞ்சோலை எம்பெருமானைப் பற்றிப் பாடியுள்ள பாசுரங்களை ஒருமுறை நோக்கினாலும் இவ்விளக்கம் எவ்வளவு பொருத்தமானது என்பதை நாம் புரிந்து கொள்ளலாம்.

"காலும்எழா, கண்ணநீரும் நில்லா, உடல்
சோர்ந்து நடுங்கிக் குரல்
மேலும்எழா, மயிர்க்கூச்சும் அறா, என
தோள்களும் வீழ்வு ஒழியா;
மால் உகளா நிற்கும் என்மனனே! உன்னை
வாழத் தலைப்பெய்திட்டேன்;
சேல் உகாளாநிற்கும் நீள்சுனை சூழ் திரு
மாலிருஞ் சோலை எந்தாய்" (5-3-5)

ஒரு பக்தனுக்குரிய மெய்ப்பாடுகளை அப்படியே இப்பாசுரம் வெளிப்படுத்துவதையும் அவ்வெளிப்பாட்டுக்கு ஏற்ற வகையில் கவிதையில் சந்தம் சதிராடுவதையும் இதனைப் படிப்போர் எளிதில் உணரலாம்.

ஆழ்வார் சமயத்தத்துவத்தையோ, பக்திநெறியையோ எந்த விதமான உணர்ச்சியும் மெய்ப்பாடும் இன்றி வெறும் உபதேசமாகக் கூறியவர் அல்லர். பக்தர் என்றமுறையில் அவ்வப்போது தாம் பெற்ற இறையனுபவ நிலைகளைக் கற்போர் நெஞ்சம் உருகும்படி மிக அழகாக எடுத்துரைக்கின்றார்.

"உள்ளம் சோர உகந்து எதிர் விம்மி
உரோம கூபங்களாய்க் கண்ண நீர்கள்
துள்ளம் சோரத்துயில் அணை கொள்ளேன்;
சொல்லாய் யான்உன்னைத் தத்துறுமாறே" (5-1-7)

"வளைத்து வைத்தேன், இனிப் போகலொட்டேன், உன்தன்
இந்திரஞாலங்களால்

ஒளித்திடில் நின்திரு ஆணைகண்டாய்; நீ
ஒருவர்க்கும் மெய்யன் அல்லை!" (5-3-2)

இத்தகைய பாசுரங்கள் பலவும் நேயத்தாலே நெஞ்சுருகி நிற்கும் பக்தியுணர்வினை, இவற்றைப் பயில்வோரின் இதயத்திலும் பாய்ச்சிவிடுகின்றன.

பக்தி வேறு; பக்தியினால் அடையும் பயன் வேறு என்று கருதியவர் அல்லர் பெரியாழ்வார். பக்தி செயதலையே பயனாகக் கொண்டவர் அவர். இத்தகைய பக்தியை, 'சாத்யபக்தி' என்பர் பெரியோர். பெரியாழ்வார் பாடும் தத்துவக் கருத்துகளும் கவிதைக்கோலம் பூண்டு காட்சிதருவதற்கு இவ்வகையான பக்தியே அடிப்படையாயிற்று. இவ்வடிப்படையிலேயே அவரது கவிதைகள் காலத்தால் அழியாத இலக்கியச் செல்வங்களாக நிலைத்து நிற்கின்றன.

- - - -

பின்னிணைப்பு –1

இந்நூலில் இடம்பெறும் வைணவ மரபுச் சொற்களுக்கான விளக்கம்

அதிகாரிகள் - தகுதியுடையோர்.

அனுசந்தித்தல் (அனுசந்தானம்) - ஓதுதல்.

ஆசார்யர் - திருமால் திருநெறியைப் பரப்பிய இராமாநுசர், நாதமுனிகள் போன்ற பெரியோர்.

ஆழங்காற்படுதல் - ஆழ்ந்துகிடக்கை; அதாவது ஈடுபடுதல்

உபயவிபூதி - லீலாவிபூதி; நித்யவிபூதி.

எல்லைநிலம் - முடிவிடம்.

எம்பெருமான் - இறைவன்.

எம்பெருமானார் - இராமாநுசர்

ஐதிகம் - 'கதையோடு கூடிய அர்த்த விசேஷம்' எனக் கூறுவர் பி.ப. அண்ணங்கராசாரியர். பெரும் பாலும் ஆழ்வார் பாசுரங்களை விளக்கிக் கூறுமிடத்து, வைணவச் சான்றோர்களின் சுவையான வாழ்க்கை நிகழ்ச்சிகள் ஐதிகங்களாக எடுத்துக் காட்டப்பெறும். ஒருவகையில் இதனை ஆங்கிலத்தில் கூறும் '*Anecdote*' போன்றது எனலாம்.

குழைச்சரக்கு - எளிதில் வாடிவிடும்படியான மெல்லிய சரக்கு; பாதுகாக்கப்பட வேண்டிய பொருள்.

கோபி; கோபிகை - ஆயர்குலப்பெண்.

சரமசுலோகம் - இறுதி உபாயமான பிரபத்தியைத் தெரிவிக்கும் கீதையின் சுலோகம்.

பின்னிணைப்பு 123

தலைக்கட்டுதல்	-	நிறைவேற்றுதல்.
தனியன்	-	ஆழ்வார்களது திருமொழி அல்லது நூலுள் அடங்காது தனியே பாயிரமாய் நிற்கும் பாடல்.
தன்னுடைச்சோதி	-	கலங்காப்பெருநகரமாகிய பரமபதம்; (வைகுந்தம்).
தாமான தன்மை	-	ஆழ்வார், நாயகி நிலையை அடையாமல் தாமாகவே இருந்து பாடும் தன்மை. எனினும் பெரியாழ்வார் - அசோதை முதலான கதைமாந்தர் பாவனையினின்றும் மாறிப் பாடுவது இந்நூலில் 'தாமான தன்மை' என்று குறிக்கப்படுகின்றது.
திருமொழி	-	பதிகம்; திருப்பாடல்.
திவ்யதேசம்	-	ஆழ்வார்களால் பாடப்பெற்ற திருப்பதிகள்.
துவயம்	-	இருதொடர்களால் ஆகிய மந்திரம்.
தோள்தீண்டி	-	மிக நெருங்கிய (வன்); நெருங்கியதான.
நித்ய சூரிகள்	-	அயர்வறும் அமரர்; மூதுவர்; பரமபதத்தில் என்றும் வாழ்பவர்கள்.
நித்ய விபூதி	-	பரமபதம்.
நெடுவாசி	-	மிகுந்த வேற்றுமை.
பாசுரம்	-	திருப்பாடல்; மொழி.
பிரபந்தம்	-	நூல்.
பிரபத்தி மார்க்கம்	-	இறைவனையே சரணாகப் பற்றும் நெறி.
பிரேமை; பிரேமம்	-	இறைக்காதல்.
மங்களா சாசனம்	-	வாழ்த்துக் கூறல்; பல்லாண்டு பாடுதல்.
பெரிய திருவடி	-	கருடாழ்வான்.
லீலாவிபூதி	-	மண்ணுலகம்.
வயிறு பிடித்தல்	-	கலங்குதல்.
வாத்ஸல்யம்	-	அடியார்களுடைய குற்றத்தைக் குணமாகக் கொள்ளும் இறைவனின் பேரன்பு. அன்றீன்ற கன்றினது அழுக்கையேபோக்யமாகக் கொள்ளும் பசுவின் செயல் போன்றது இது.
வியாக்யானம்	-	பேருரை; வைணவ நூல்களுக்கு எழுந்த மணிப்பிரவாள நடையில் அமைந்த உரைகள்.
வெள்ளமிடுதல்	-	அதிகம்; மிகுதி என்று பொருள்படும்.
வேர்ப்பற்று	-	மூலகாரணம்; ஆதாரம்.
வைபவம்	-	சிறப்பு.

ஸ்வாபதேசம் - உள்ளுறையாகச் சுட்டப்படும் தத்துவப் பொருள்.

ஸ்ரீராமாயணம் - வான்மீகி ராமாயணம்.

பின்னிணைப்பு – 2

வியாக்கியானச் சக்கரவர்த்தி பெரியவாச்சான்பிள்ளை தொகுத்த திவ்வியப்பிரபந்தப்பாசுரப்படி இராமாயணம் சுந்தரகாண்டம்

பெரியாழ்வாரின் இராமாவதார ஈடுபாட்டைக் காட்டும் பின்னிணைப்பு இது. அவர் பாடிய 'நெறிந்த கருங்குழல்' (3-10) என்னும் திருமொழியில் உள்ள பாசுரத்தொடர்களே இதில் மிகுதியும் இடம் பெற்றுள்ளன. (...) இவ்வடைப்புக் குறிக்குள் உள்ளவை பெரியவாச்சான் பிள்ளையின் இணைப்புரையாகும்.

சீர் ஆரும் திறல் அனுமன்	பெரியாழ்வார் திருமொழி	3 10 10
மா கடலைக் கடந்து ஏறி,	பெரிய திருமொழி	10 2 6
(மும் மதில்நீள் இலங்கை புக்கு),		
கடிகாவில்	பெரிய திருமொழி	10 2 5
வார் ஆரும் முலைமடவாள்		
வைதேவி தனைக்கண்டு,	பெரியாழ்வார் திருமொழி	3 10 10
'நின் அடியேன்		
விண்ணப்பம்'	பெரியாழ்வார் திருமொழி	3 10 1
கேட்டருளாய்: (அயோத்திதனில்)	பெ. திருமொழி	3 10 2
ஓர் இட வகையில் எல்லியம் போது		
இனிது இரு (க்க) மல்லிகை மாலை		
கொண்டு அங்கு ஆர்த்தது (வு)ம்;	பெ. திருமொழி	3 10 2
கலக்கிய மா மனத்தனள் ஆய்க்		
கைசேசி வரம் வேண்ட,		
மலக்சிய மா மனத்தனன் ஆய் மன்னவனும்		
மறாது ஒழிய, 'குலக்குமரா!		
காடுறையப் போ' என்று விடை		
கொடுக்க,	பெரியாழ்வார் திருமொழி	3 10 3
இலக்குமணன் தன்னொடும்		
அங்கு ஏகியது (ம்);	பெ. திருமொழி	3 10 3
கங்கைதன்னில் கூர் அணிந்த		
வேல் வலவன் குகனோடு		
சீர் அணிந்த தோழமை		
கொண்டது (வு)ம்;	பெரியாழ்வார் திருமொழி	3 10 4
சித்திரகூடத்து இருப்பப் பரத நம்பி		
பணிந்தது (வு)ம்;	பெரியாழ்வார் திருமொழி	3 10 5
சிறு காக்கை முலை தீண் (டி)		
அனைத்துலகும்திரிந்து ஓடி,		
'வித்தகனே! இராமா! ஓ! நின்		

அபயம்' என்(ன);	பெரியாழ்வார் திருமொழி	3 10 6
அத்திரமே அதன் கண்ணை		
அறுத்தது (வு)ம்;	பெரியாழ்வார் திருமொழி	3 10 6
பொன் ஒத்த மான் ஒன்று புகுந்து,		
இனிது விளையாட, நின் அன்பின்		
வழிநின்று, சிலை பிடித்து,		
எம்பிரான் ஏக, பின்னே அங்கு		
இலக்குமணன் பிரித்தது(வு)ம்;	பெ. திருமொழி	3 10 7
அயோத்தியர் கோன்(உரைத்த)		
அடையாளம், ஈது அவன்		
கை மோதிர (மே)	பெரியாழ்வார் திருமொழி	3 10 8
என்று	பெரியாழ்வார் திருமொழி	3 10 9
அடையாளம் தெரிந்துரை (க்க),	பெ. திருமொழி	3 10 10
மலர்க்குழலாள் சீதையும்		
வில் இறுத்தான் மோதிரம்		
கண்டு, 'அனுமான்! அடையாளம்		
ஒக்கும்' என்று உச்சிமேல்		
வைத்து உக (க்க),	பெரியாழ்வார் திருமொழி	3 10 9
திறல் விளங்கு மாருதி(யும்)	பெருமாள் திருமொழி	10 11
இலங்கையர்கோன்	பெரிய திருமொழி	8 5 7
மாக் கடிகாவை இறுத்து,		
காதல் மக்களும் சுற்றமும் கொன்று,		
கடி இலங்கை மலங்க எரித்து,	பெ. திருமொழி	10 2 6
அரக்கர் கோன்	திருநெடுந் தொண்டகம்	- - 29
சினம் அழித்து,	பெரிய திருமொழி	8 6 9
மீண்டு, (அன்பினால்)		
அயோத்தியர்கோன்	பெரிய. திருமொழி	3 10 8
தளிர் புரையும்	திருநெடுந்தாண்டகம்	- - 1
அடி இணை பணிய:	பெருமாள் திருமொழி	10 6

- - - -

துணை நூற்பட்டியல்

1. திவ்வியப்பிரபந்தப் பதிப்புகள்

நாலாயிர திவ்யப்ரபந்தம், திருநாராயணபுரம் கோவிந்தராஜ ஐயங்கார் பதிப்பு, சென்னை, 1903.

... ... பி. கிருஷ்ணமாசாரிய ஸ்வாமிகள் பதிப்பு, சென்னை, 1922.

... ... சே. கிருஷ்ணமாசாரியர் பதிப்பு, சென்னை, ருதிரோத்காரி, (1923-24).

நாலாயிரப்ரபந்தம் - முதலாயிரம், கா. கோபாலாசார்யர் பதிப்பு, சென்னை, 1959.

திவ்யப்பிரபந்தம் - முதலாயிரம், (எஸ். வையாபுரிப்பிள்ளை முன்னுரையுடன்), மர்ரே-ராஜம் பதிப்பு, சென்னை, 1955.

நாலாயிரதிவ்யப்பிரபந்தம், (மா. இராசமாணிக்கனார் முன்னுரை யுடன்), மயிலை மாதவதாஸன் பதிப்பு, சென்னை, 1962.

சந்தமிகு தமிழ்மறை - முதலாயிரம், கோமடம் எஸ்.எஸ்.ஐயங்கார் பதிப்பு, சென்னை, பதிப்பாண்டு விவரம் இல்லை.

2. வைணவ சம்பிரதாய நூல்கள்

அண்ணங்கராசாரியர், பி.ப., ஸ்ரீபராசரபட்டரின் ஸ்ரீரங்கராஜஸ்தவம், (உத்தர சதகம்), க்ரந்தமாலா ஆபீஸ், காஞ்சீபுரம், 1974.

அண்ணங்கராசாரியர், பி.ப., (பதிப்பாசிரியர்), பகவத் விஷயம் - எட்டாம்பத்து, க்ரந்தமாலா ஆபீஸ், காஞ்சீபுரம், 1976.

அரங்கராஜன், இரா., (உரையாசிரியர்) பெரியாழ்வார் திருமொழி-இரண்டாம் பகுதி, ஆழ்வார்கள் அமுதநிலையம், சென்னை, 1994.

கிருஷ்ணஸ்வாமி ஐயங்கார், எஸ்., (பதிப்பாசிரியர்), திருப்பாவை வ்யாக்யானங்கள், திருச்சி, 1991.

பிள்ளைலோகாசார்யர், முமுட்சுப்படி, எஸ்.கிருஷ்ணஸ்வாமி ஐயங்கார் பதிப்பு, திருச்சி, விளம்பி.

பின்பழகியபெருமாள் ஜீயர், ஆறாயிரப்படி குருபரம்பரை, எஸ். கிருஷ்ணஸ்வாமி ஐயங்கார் பதிப்பு, திருச்சி, 1975.

... ..., வார்த்தாமாலை, எஸ். கிருஷ்ணஸ்வாமி ஐயங்கார் பதிப்பு, திருச்சி, 1983.

புருஷோத்தமநாயடு, பு.ரா., ஆசாரிய ஹிருதய மூலமும் வியாக்கியானத்தின் தமிழாக்கமும் (நான்கு பகுதிகள்), சென்னைப் பல்கலைக்கழகம், சென்னை, 1965.

... ..., ஸ்ரீவசனபூஷண மூலமும் வியாக்கியானத்தின் தமிழாக்கமும், கடலூர், 1970.

... ..., ஈட்டின் தமிழாக்கம், முதற்பத்து, எட்டாம் பத்துகள், சென்னைப் பல்கலைக்கழகம், சென்னை, 1971.

பெரியவாச்சான்பிள்ளை, திருப்பல்லாண்டு வ்யாகயானம், கி.ஸ்ரீ.நிவாஸய்யங்கார் பதிப்பு, திருச்சி, விரோதி.

மணவாள மாமுனிகள், பெரியாழ்வார் திருமொழி வியாக்கியானம், பி.ப. அண்ணங்காராசாரியர் பதிப்பு, காஞ்சீபுரம், 1969.

... ..., உபேதச ரத்தினமாலை, பி.ப. அண்ணங்கராசாரியர் உரையுடன், காஞ்சீபுரம், 1970.

வடிவழகிய நம்பிதாசர், ஆழ்வார்கள் வைபவம் (ஆர். கண்ணன்ஸ்வாமி உரையுடன்), சென்னை, 1987.

ஸ்ரீநிவாஸய்யங்கார், கி., (உரையாசிரியர்), திருப்பல்லாண்டு வ்யாக்யானம், திருச்சி, பரிதாபி.

3. வைணவம் தொடர்பான பிற நூல்கள்

அண்ணா (உரையாசிரியர்), ஸ்ரீக்ருஷ்ணகர்ணாம்ருதம், ஸ்ரீராம கிருஷ்ணமடம், சென்னை, 1981.

ஆசார்யா, பிஸ்ரீ., பகவானை வளர்த்த பக்தர், கலைமகள் காரியாலயம், சென்னை, 1958.

... ..., திவ்யப்ரபந்தஸாரம், அமுத நிலையம், சென்னை, 1957. இராகவையங்கார், மு., ஆழ்வார்கள் காலநிலை, மணிவாசகர் நூலகம், சிதம்பரம், 1981.

எதிராஜுலு நாயுடு, ஜி., வைணவப்பூங்கா, பக்தன் காரியாலயம், சென்னை, 1963.

கோபாலகிருஷ்ணமாசார்யர், வை.மு., ஆழ்வார்கள் சரித்திரம், குவை பப்ளிகேஷன்ஸ், சென்னை, 1976.

சீனிவாசன், ம.பெ., வைணவ இலக்கிய வகைகள் - திவ்வியப்பிரபந்த ஆய்வு, தேவகி பதிப்பகம், சிவகங்கை, 1994.

பதுமாவதியம்மாள், டி., பெரியாழ்வார் பிள்ளைத்தமிழ், இராயவரம், புதுக்கோட்டை.

மணவாளன், கே.ஏ., ஆண்டாள், சாகித்திய அகாதெமி, புதுதில்லி, 1990.

ராதாகிருஷ்ணபிள்ளை, ம., பிற்கால வைணவம், அல்லயன்ஸ் கம்பெனி, சென்னை, 1963.

வரதராஜுலுநாயுடு, நா., (பதிப்பாசிரியர்), ஆண்டாள் பிள்ளைத்தமிழ், சென்னை,

ஸ்ரீநிவாஸ ஐயங்கார், ஸி.ஆர்., ஆழ்வார்கள் சரித்திரம், சுதேசமித்திரன் ஆபீஸ், சென்னை, 1922.

Govindacharya, A., The Holy Lives of the Azhvars or the Dravida Saints, G.T.A. Press, Mysore, 1902.

Hardy, Fredhelm., Viraha-Bhakti- The History of Krshna Devotion in South India, Oxford University Press, New York, 1983.

Srinivasa Raghavan, A., Nammalvar, Sahitya Akademi, New Delhi 1983.

Swami Ramakrishnananda, Sri Krishna - Pastoral and Kingmarker, Sri Ramakrishna Math, Madras, 1981.

4. பிற நூல்கள் (பொது)

அரவிந்தன், மு.வை. (தொகுத்தவர்), தமிழ் நாட்டுப்பாடல்கள், புதுக்கோட்டை, 1965.

கைலாசபதி, க., பண்டைத்தமிழர் வாழ்வும் வழிபாடும், பாரி நிலையம், சென்னை, 1966.

செண்பகம் ராமசாமி, "படிமமும் குறியீடும்" இலக்கிய இஸங்கள் (இ.எஸ்.டி) தொகுப்பு, அன்னம் வெளியீடு, சிவகங்கை 1996.

சுதந்திரமுத்து, மு., கவிதைப்படிமம், முத்து வெளியீடு, சென்னை, 1991.

வரதராஜ ஐயர். இ.எஸ்., தமிழ் இலக்கிய வரலாறு (கி.பி. 1 முதல் 1100), அண்ணாமலைப் பல்கலைக்கழகம், 1979.

வரதராசன், மு., இலக்கியத்திறன், பாரி நிலையம், சென்னை, 1959.

... ..., தமிழ் இலக்கிய வரலாறு, சாகித்திய அகாதெமி, புதுதில்லி, 1983.

வேலுப்பிள்ளை, ஆ., தமிழர் சமய வரலாறு, பாரி புத்தகப் பண்ணை, சென்னை, 1980.

... ..., தமிழ் இலக்கியத்தில் காலமும் கருத்தும், பாரி புத்தகப் பண்ணை, சென்னை, 1985.

Arunachalam, M., An Introduction to the History of Tamil Literature, Gandhi Vidyalayam, Thiruchitrambalam, 1974.

Chopra, P.N. and others, History of South India (Vol.I), - Ancient Period, S. Chand and Co. Ltd., New Delhi, 1979.

Meenakshisundaran, T.P., A History of Tamil Literature, Annamalai University, 1965.

... ..., "The Tamil Literary theory of Bhakti Poetry," Journal of Madurai University, Vol. II, No. 2. Dec. 1970.

☯ ☯